கற்பனைக்கும் அப்பால்

கிழக்கு பதிப்பக வெளியீடுகளாக சுஜாதாவின் புத்தகங்கள்

மீண்டும் ஜீனோ
நிறமற்ற வானவில்
நில்லுங்கள் ராஜாவே
தீண்டும் இன்பம்
ஆஸ்டின் இல்லம்
அனிதாவின் காதல்கள்
நைலான் கயிறு
24 ரூபாய் தீவு
அனிதா இளம் மனைவி
கொலை அரங்கம்
கமிஷனருக்கு கடிதம்
அப்ஸரா
பாரதி இருந்த வீடு
மெரீனா
ஆர்யபட்டா
என் இனிய இயந்திரா
காயத்ரி
ப்ரியா
தங்க முடிச்சு
எதையும் ஒருமுறை
ஊஞ்சல்
ஓரிரவில் ஒரு ரயிலில்
மீண்டும் ஒரு குற்றம்
விக்ரம்
ஆ..!
நில், கவனி, தாக்கு!
வாய்மையே சில சமயம் வெல்லும்
வசந்த காலக் குற்றங்கள்
சிவந்த கைகள்
ஒரே ஒரு துரோகம்
இன்னும் ஒரு பெண்
6961
ஜோதி
மாயா
ரோஜா
ஓடாதே
மேற்கே ஒரு குற்றம்
விபரீதக் கோட்பாடு
ஐந்தாவது அத்தியாயம்
மலை மாளிகை
விடிவதற்குள் வா
மூன்று நாள் சொர்க்கம்
பத்து செகண்ட் முத்தம்
கம்ப்யூட்டர் கிராமம்
இளமையில் கொல்
மேகத்தை துரத்தியவன்
ஒரு நடுப்பகல் மரணம்
நகரம்
இதன் பெயரும் கொலை
மண்மகன்
தப்பித்தால் தப்பில்லை
விழுந்த நட்சத்திரம்
முதல் நாடகம்
ஆட்டக்காரன்
ஜன்னல் மலர்
என்றாவது ஒரு நாள்
வைரங்கள்
மேலும் ஒரு குற்றம்
சொர்க்கத் தீவு
கனவுத் தொழிற்சாலை
ஆயிரத்தில் இருவர்
பதினாலு நாட்கள்
உள்ளம் துறந்தவன்
பிரிவோம் சந்திப்போம்
கரையெல்லாம் செண்பகப்பூ
இரண்டாவது காதல் கதை
நிர்வாண நகரம்
குருபிரசாதின் கடைசி தினம்
இருள் வரும் நேரம்
திசை கண்டேன் வான் கண்டேன்
ஆழ்வார்கள் - ஓர் எளிய அறிமுகம்
தேடாதே
விருப்பமில்லாத் திருப்பங்கள்
கை
விரும்பிச் சொன்ன பொய்கள்
ஆதலினால் காதல் செய்வீர்
நூற்றாண்டின் இறுதியில் சில சிந்தனைகள்
அப்பா, அன்புள்ள அப்பா
மிஸ். தமிழ்த்தாயே, நமஸ்காரம்!
சிறு சிறுகதைகள்
வாரம் ஒரு பாசுரம்
வானத்தில் ஒரு மௌனத்தாரகை
கடவுள் வந்திருந்தார்
அனுமதி
ஓலைப் பட்டாசு
சேகர், சிங்கமய்யங்கார் பேரன்
கம்ப்யூட்டரே ஒரு கதை சொல்லு
டாக்டர் நரேந்திரனின் வினோத வழக்கு
நிஜத்தைத் தேடி
பாதி ராஜ்யம்
சில வித்தியாசங்கள்
21ம் விளிம்பு
சின்னச் சின்னக் கட்டுரைகள்
ஜீனோம்
கற்பனைக்கும் அப்பால்
மனைவி கிடைத்தாள்
மத்யமர்
ஓரிரு எண்ணங்கள்
ரயில் புன்னகை
தோரணத்து மாவிலைகள்
விவாதங்கள் விமர்சனங்கள்

கற்பனைக்கும் அப்பால்

சுஜாதா

கிழக்கு

கற்பனைக்கும் அப்பால்
Karpanaikkum Appal
by *Sujatha*
Sujatha Rangarajan ©

First Edition: April 2017
96 Pages
Printed in India.

ISBN 978-81-8493-723-7
Kizhakku - 980

Kizhakku Pathippagam
177/103, First Floor,
Ambal's Building, Lloyds Road,
Royapettah, Chennai - 600 014.
Ph: +91-44-4200-9603

Email : support@nhm.in
Website : www.nhm.in

◾ kizhakkupathippagam
◾ kizhakku_nhm

Kizhakku Pathippagam is an imprint of New Horizon Media Private Limited.

This book is sold subject to the condition that it shall not, by way of trade or otherwise, be lent, resold, hired out, or otherwise circulated without the publisher's prior written consent in any form of binding or cover other than that in which it is published and without a similar condition including this the rights under copyright reserved above, no part of this publication may be reproduced, stored in or introduced into a retrieval system, or transmitted in any form or by any means (electronic, mechanical, photocopying, recording or otherwise), without the prior written permission of both the copyright owner and the above-mentioned publisher of this book.

அறிவியல் கட்டுரைகள் எழுத எனக்கு எப்போதும் விருப்பம். அவ்வப்போது அவை தொகுக்கப்பட்டு புத்தகங்களாக வெளிவருவது என் பாக்கியமே. இவ்வகையில் கி.பி. இரண்டாயிரத்தின் விளிம்பில், அறிவோம், சிந்திப்போம் போன்ற புத்தகங்கள் வரிசையில் 'கற்பனைக்கும் அப்பால்' நான்காவது புத்தகம். வாசகர்கள் வரவேற்பார்கள் என நம்புகிறேன்.

சுஜாதா
செப்டெம்பர், 2002.

பொருளடக்கம்

1	அறிவியல் என்பது என்ன?	09
2	நம் மோப்ப சக்தியும் பிற விஷயங்களும்	12
3	கம்ப்யூட்டர் என்னும் சேவகன்	15
4	மோபியஸ் கவிதைகளும் வைர வரிகளும்	19
5	மனம்	24
6	நூற்றாண்டின் மகத்தான சாதனைகள்	29
7	மற்ற புலன்கள்	33
8	சங்க இலக்கியப் பறவைகள்	37
9	அறிவு	41
10	எல்லோருக்கும் பிடித்த விஷயம்	44
11	சிறியது கேட்கின்	47
12	பெரியவை கேட்கின்	50
13	உயிர் எப்படித் தோன்றியது?	53
14	பயாலஜி	56
15	மகா வெடிப்பு	59
16	நிஜம் என்பது பொய்	63
17	மொழி	67
18	சிந்தனை என்பது	70
19	சிலிக்கன் வாழ்க்கை	73
20	ஈ.எஸ்.பி.	76
21	உடலின் எரிபொருள்	80
22	வீட்டில் அலுவலகம்	82
23	உயிரின் ரகசியம்	86
24	கடவுள் பற்றி	89
25	மேலும் கடவுள் பற்றி	92

1

அறிவியல் என்பது என்ன?

இப்போது நான் எழுதப் போவது அறிவியல்தான் என்றாலும் அறுக்காத-உறுத்தாத அறிவியல். இதில் பல சங்கதிகள் வரும். ஆனால், யாவும் அறிவியலைச் சார்ந்திருக்கும். தொடர் கதைகளையும் மாத நாவல்களையும் சின்ன ஜனங்களின் மைக்ரோ சாதனைகளையும் படித்துப் பழகியிருக்கும் தமிழ் மக்களுக்கு அறிவியல் விரைவில் அலுத்து விடும் என்பதால் ஆரம்ப நாட்களில் குறைவாக எழுதி, வாசகர்களின் நாட்டத்தைப் பொறுத்து பிறகு விஸ்தரிக்கிறேன். ஆனால் ஒவ்வொரு பகுதியிலும் வாசகர் பங்கு இருந்தே தீரும். முதலில் எது அறிவியல், எது அறிவியல் இல்லை என்பதைக் கொஞ்சம் விளக்கிவிடலாம்.

அறிவியல் - சயன்ஸ் - என்பது பரிசோதனைகள் மூலம் அறிந்து கொள்ளக்கூடியது. சில விஷயங்களை உன்னிப்பாகப் பார்த்து அவற்றைப் பற்றி ஒரு கோட்பாடு அமைப்பது, அந்தக் கோட்பாடு பொதுப்படுத்தப்பட்டு விதிகளாக மாறுவது, அந்த விதிகள் எல்லாச் சந்தர்ப்பத்திலும் சரி தானா என்று கண்டறிவது, எங்காவது அந்த விதி தவறினால் அதைத் தூர எறிந்து விட்டு வேறு விதிகள் அமைப்பது. நியூட்டன், கோபர்னிக்கஸ், கலிலியோ, கெப்ளர் போன்ற விஞ்ஞானிகளின் பெயர்களைக் கேள்விப்பட்டிருப்பீர்கள். அவர்கள் பழகியது

இயற்பியல், வான சாஸ்திரம் என்று நாம் படிக்கிறோம். இதெல்லாம் அறிவியல்.

கேள்வி:- அஸ்ட்ரானமி அறிவியல்தான். ஆனால், அஸ்ட்ராலஜி? ஜோஸ்யம்? அதிலும் அஸ்ட்ரானமி போலவே பல விஷயங்கள் சொல்லுகிறார்கள். கிரகங்களின் பேரையெல்லாம் சரியாகச் சொல்லி, அவை நம் வாழ்க்கையின் சம்பவங்களைப் பாதிக்கின்றன என்று சொல்லுகிறார்கள். கிரகணங்களைக் கரெக்டாகச் சொல்கிறார்கள். அது அறிவியலா?

ஜோஸ்யம், வார பலன் என்பதெல்லாம் அறிவியல் இல்லை. ஏன் என்று கொஞ்சம் யோசித்துப் பாருங்கள். கலிலியோ சூரியன் பூமியைச் சுற்றவில்லை; பூமி தான் சூரியனைச் சுற்றுகிறது என்று அவர் வாழ்நாளில் சொன்ன சித்தாந்தம் அறிவியலின்படி உண்மை. ஆனால், கலிலியோ சொன்ன மற்ற பல விஷயங்கள் இன்றைய ஜோஸ்யத்தைவிடப் பொய்யானவை. இன்றைய ஜோஸ்யத்திலாவது கொஞ்சமேனும் பலிக்கிறது. அரைகுறை யான சில உண்மைகள். அவர்கள் சொன்னபடி ஸ்டாடிஸ்டிக்ஸ் விதிகளின்படி பலிக்கிறது. கலிலியோ சொன்னதில் அபத்தங் களே அதிகம் இருந்தன. கடல் அலைகள் பூமி அசைவதால் ஜலம் தளும்புவதால் ஏற்படுவது என்று கலிலியோ சொன்னார். அபத்தம். இருந்தும் விஞ்ஞானி என்கிறோம். கடலங்குடி சாஸ்திரிகளை விஞ்ஞானி என்று சொல்லவில்லை.

காரணம் குறிக்கோள் வித்தியாசம். கலிலியோ அவர் காலத்தில் கருவிகள் இல்லாததால் பல விஷயங்களைத் தப்பாகச் சொன்னார். ஆனால், அவர் உத்தேசத்தில் அறிவியல் இருந்தது.

இன்றைய ஜோதிடக் கலை, ‘ சனி வக்ரமாக அமையும்போது காரியத் தடை, தோல்விகள், தொழிலில் இழப்பு போன்ற அனுகூலமற்ற காரியங்கள் உண்டாகும்; நாட்டுக்குச் சோதனை ஏற்படும்’ என்று சொல்வது எல்லா நாடுகளுக்கும், எல்லாக் காலத்திலும் பொருந்து மாயின் ஜோதிடத்தை விஞ்ஞானம் என்று ஒப்புக் கொள்ள முடியும். சிலருக்கு மட்டும் பலித்து, சிலருக்குப் பலிக்காமல், பலிக்காததற்குக் காரணம் சொல்ல விதி விலக்குகள் என்று சப்பைக்கட்டு கட்டி - ‘குரு கொஞ்சம் இந்தப் பக்கம் பார்த்து விட்டான்; அதனால் கான்ஸல்’ என்று சமாதானம் சொல்லும்போது, விரும்பியதை நோக்கி விஞ்ஞானத்தை வளைக்கும்போது, அது விஞ்ஞான முறையிலிருந்து வழுவுகிறது. இவ்வளவுதான் வித்தியாசம்.

விஞ்ஞானத்தின் விதிகளுக்கு ஒரு விதமான பிரபஞ்சத்தனம் உண்டு. யுனிவர்ஸலிட்டி. அப்படியில்லையெனில் இன்னும் விஞ்ஞானம் செய்ய வேண்டும். அந்தப் பிரபஞ்சத்தனம் வரும் வரையில் தேடிக் கொண்டே இருக்க வேண்டும். பரிசோதனை செய்வதுதான் விஞ்ஞானம் என்று அவசியமில்லை.

இன்றைய க்வாண்டம் இயற்பியல், காஸ்மாலஜியில் பிரபஞ்ச சக்திகளைப் பற்றி புதுசாக ஒன்று சொல்கிறது. பிரபஞ்சம் முழுவதும் அத்தனை கோடானு கோடி துகள்களையும் ஒரு மெல்லிய சரடு - மிக மிக மெல்லிய சரடு இணைக்கிறது என்று ஒரு தியரி சொல்லியிருக்கிறார்கள். அந்த சூப்பர் சரடு கண்கூடாகப் பார்த்து அறிந்து கொள்ள முடியாத அத்தனை நுட்பமான சரடு. அதன் நுட்பம் எப்படி? பூமியைவிட ஓர் அணு எத்தனை சின்னதோ அந்த அளவுக்கு அந்தச் சரடு அணுவைவிடச் சின்னது. நம்மால் பார்க்கவே முடியாது. நிஜமாகவே சரடு விட்டிருந்தாலும் அதைச் சோதித்துப் பார்க்க இயலாத நுட்பம். இது மட்டும் ஜோஸ்யம் போல் ரீல் இல்லையா என்று கேட்கலாம்.

இந்தச் சரடு எதற்காக அமைத்தார்கள்? வார பலன் எழுதுவதற்கு அல்ல. பிரபஞ்சத்தின் நான்கு ஆதார சக்திகளை ஒருங்கிணைத்துப் பார்க்க. ஐன்ஸ்டைன் முதல் பலர் முயன்று தோற்ற யுனிஃபைடு ஃபீல்டு தியரி இப்போது இந்தச் சரடு சித்தாந்தத்தின் மூலம் கைவசமாகும் போலத் தோன்றுகிறது. வெளிப்படையாக நாம் காணும் சில க்வாண்டம் விளைவுகளை ஒருமித்து விளக்குவதற்கு இந்த மாதிரி ஒரு சரடைக் கற்பனை பண்ணிக் கொண்டால் எல்லாக் கணக்கும் சரியாக வருகிறது. அதனால் ஒரு சரடு இருக்கலாம் என்று சித்தாந்தம் அமைக்கிறார்கள். சரிப்பட்டு வரவில்லையெனில் தூக்கி எறிந்து விடுகிறார்கள். எப்போதும் மறுக்கப்படத் தயாராக இருக்கும் சித்தாந்தங்கள் கொண்டதுதான் உண்மை அறிவியல். அதனால் கற்பனையும் விஞ்ஞானம்தான்.

எலக்ட்ரானைப் பார்க்க முடியாது. ஆனால், ஒரு எலக்ட்ரான் டெலிவிஷன் திரையின்மீது மோதும் போது ஏற்படும் ஒளி வித்தியாசங்கள்தான் டெலிவிஷன். விளைவை நோக்க முடியும். அந்த விளைவு எப்போதும் - நாம் இருந்தாலும் இறந்தாலும் - ஒன்றுதான். சோதிடத்தின் விளைவுகள் சோதிடருக்குச் சோதிடர் மாறுகிறது.

அதனால் அது பொய்யான விஞ்ஞானம்.

2

நம் மோப்ப சக்தியும் பிற விஷயங்களும்

மூக்கு.

இதைப் பற்றி எப்போதாவது யோசித்திருக் கிறீர்களா? ஸ்ரீதேவி-மூக்கு ஆபரேஷன் பண்ணிக் கொண்டது போன்ற வெளிப்புற விஷயங்களை விட்டு, மூக்குக்கு உள்ளே இருக்கும் சமாச்சாரங் களை யோசித்தால் மூக்கு உலக மகா அதிசயங்களில் ஒன்று என்பேன்.

சப்பை மூக்கு, கிளி மூக்கு யாராக இருந்தாலும் உள்ளே மேற்புறத்தில் ஜவ்வு மாதிரி 'ஆல்ஃபாக்டரி ரிஸப்டர் செல்' எபித்திலியல் டிஷ்யு என்கிற இடத் தில் உள்ளது. அந்த இடத்தில்தான் நாம் மோப்பு கிறோம்.

பவுடர்கள் வாசனை, மீன் நாற்றம், காய்ந்த சருகுகளின் இன்பமான மணம், மல்லிகைப் பூ, மசால் வடை எல்லாம் தீர்மானிக்கப்படுவது அங்கேதான். அர்ஜண்டாக மூளைக்குள் உள் பாகத்துக்குச் செய்தி அனுப்பி இது மல்லிகைப் பூ வாசனை, இது வியர்வை நாற்றம் என்று எப்படிக் கண்டுபிடிக்கிறது என்பதற்கு நியூரோ பயாலஜி என்னும் இயலில் இன் னும் விடை காணத் திணறிக் கொண்டிருக்கிறார்கள்.

மூக்குகள் இருக்கும் செல்-உயிரணு மூளைக்குள் இருக்கும் நியூரான் வகை. அங்கிருந்து இங்கு

கனெக்ஷன் கொடுத்து சுற்றுப்புறத்தை மூக்கால் நோக்கிக் கொண்டிருக்கும் சங்கதி மற்றொரு விந்தை. மூளையைச் சார்ந்த அத்தனை செல்களையும் போலின்றி மூக்கில் இருக்கும் மோப்ப செல் தன்னைத் தானே புதுப்பித்துக் கொள்கின்றன. வாழ்நாள் முழுவதும் மொத்த மூளை இத்தனைதான் என்று அளவு கொடுத்து விட்டார் கடவுள் அல்லது கடவுள் அல்லாதவர். மூக்கு மட்டும் அப்படியில்லை. ஏன்? தெரியவில்லை.

பழங்காலத்தில் மோப்பம் நமக்கு முக்கியமாக இருந்திருக்க வேண்டும். மனிதன் வேட்டையாடிய போது தூரத்தில் உணவு அல்லது உறவு வருவதை அறிந்து கொள்ள நுட்பமான மோப்ப சக்தி இருந்திருக்க வேண்டும்.

போகப் போக நாகரிகம் பெற்று, உணவு ஓட்டல்களிலும், பெண்கள் மணமகள் தேவை விளம்பரங்கள் மூலமும், சைனா பஜார் சைக்கிள் ரிக்ஷாக்காரர்கள் மூலமும் கிடைத்து விட, மோப்ப சக்தி அதிகம் தேவைப்படாமல் போய் இந்தச் சக்தியின் மதிப்பு பரிணாமத்தில் குறைந்து கொண்டு வந்திருக்கிறது. ஆனாலும் இப்போதும் சுமாராக வாசனை பிடிக்கும் திறமை பாக்கியிருக்கிறதை நீங்களே உணர்ந்திருப்பீர்கள். ஹெலன் கெல்லர் ஒரு காலி அறைக்குள் நுழைந்தவுடனே, இவ்வறையில் இதற்கு முன் இருந்தவர்கள் கோபப்பட்டிருக்கிறார்கள் என்பதை வாசனை பார்த்தே சொல்லி விடுவாராம். யோசித்துப் பாருங்கள். எத்தனை வாசனைகளை உங்களால் பிரித்தெடுக்க முடிகிறது?

பெட்ரோல் வாசனை, ஈர மண், ஈர நெல், கடற்காற்று, பழைய புத்தகம், வவ்வால் புழுக்கை, கரப்பான் பூச்சி முட்டை, காப்பிப் பொடி, காய்ந்த மீன், கோயில் மடப்பள்ளி, கழுநீர், பால் தீய்ந்தது, குழந்தை வாசனை, அரபு ஷேக் அத்தர், பினாயில், சாராயம், விஸ்கி, ஈர ரத்தம், சிறுநீர், செண்பகப் பூ, மல்லிகைப் பூ. இவையெல்லாம் மூக்கில் உள்ள ரிஸப்டர்கள் மாலிக்யுல் மாலிக்யுலாகப் பதம் பிரித்து அலசி மூளைக்குச் செய்தி போகிறது. அதை விட மூக்கில் உள்ள செல்கள் புதுப்பிக்கப்படுவதால் மோப்ப சக்தியை, அந்தத் திறமையைப் புதிய செல்களுக்கு எப்படிப் பழைய செல்கள் கற்றுத் தருகிறது என்பது சிருஷ்டியின் ஆச்சரியங்களில் ஒன்று. இத்தனைக்கும் நாய் அல்லது ஒரு வகைப் பூச்சிகளோடு ஒப்பிட்டால் நம் மோப்ப சக்தி ரொம்ப ரொம்ப தேசல்.

ஆரம்ப காலத்து மோப்ப சக்தி இருந்திருந்தால் பஸ்ஸை விட்டு இறங்கியதுமே வீட்டில் தமிழ்ச்செல்வி வந்திருக்கிறாள் என்று தெரிந்து போய் விடும். காதல் வசப்பட்டவர்களுக்குக் கூட ஒரு தனி வாசனை இருக்கிறதாம். அதைக் கண்டுபிடிப்பதை விட்டு, வருஷத்துக்கு நாலாயிரம் கோடி டாலர்கள் செலவழித்துக் கொண்டிருக்கிறார்கள், வாசனைத் திரவியங்களிலும், வாசனை களை மறைக்கவும்.

நம் இந்திய துணைக் கண்டத்தில் சனத் தொகை சுமார் நூறு கோடி என்று கணக்கிட்டிருக்கிறார்கள். அதில் 1000 ஆண்களுக்கு 929 பெண்கள் என்று சொல்லியிருக்கிறார்கள். பெண்கள் ஆண்களை விடக் குறைவு. இதற்குக் காரணம் என்ன என்று என் நண்பரைக் கேட்டபோது அவர் விநோதமாக ஒன்று சொன்னார். 'இந்த சென்ஸஸ் கணக்கு தப்பு. பெண்கள் ஆண்களைவிட எண்ணிக்கை குறைவாக இருக்கவே முடியாது. பெண்கள் தாம் நம் நாட்டில் அதிகம் என்று அறிவியல் முறையில் நிரூபிப்பேன்' என்றார்.

'சுவாமி! எப்படி அது?' என்றேன்.

'சிம்பிள்! ஒரு கணவன்-மனைவிக்குப் பெண் பிறக்கிறது என்று வைத்துக் கொள்ளுங்கள். அவர்கள் என்ன செய்வார்கள்? உடனே குடும்பக் கட்டுப்பாடு செய்து கொள்வார்களா? இல்லை. பிள்ளை பிறக்கிறதா என்று மறுமுறை முயன்று பார்ப்பார்கள். அப்போதும் பெண்தான் பிறந்தால் மற்றொரு முறை. இப்படி மகன் பெறும் வரை முயற்சி செய்து கொண்டு இருப்பதுதான் சகஜம். பல பேர் அப்படிச் செய்வதைப் பார்த்திருக்கிறேன்.

ஆனால் பிள்ளை பிறந்து விட்டாலோ போதும். ஆஸ்திக்கு மகன் கிடைத்து விட்டான் என்று மேலே முயற்சி செய்யாமல் கட்டுப் பாடு செய்து விடுவார்கள். அதனால் பெண்கள் சனத் தொகை தான் அதிகமாக இருக்க வேண்டும்' என்றார். இந்த வாதத்தில் என்ன தப்பு என்று யோசியுங்கள்.

3
கம்ப்யூட்டர் என்னும் சேவகன்

சனத் தொகை பற்றிய கேள்விக்கு விடை இது. மொத்தம் நூறு தம்பதிகளை எடுத்துக் கொள்வோம். அவர்களில் ஸ்டாட்டிஸ்டிக்ஸ் விதிப்படி ஐம்பது தம்பதிகளுக்கு ஆண் மகவும், மற்ற ஐம்பதுக்குப் பெண்களும் பிறப்பர். நண்பரின் கூற்றுப்படி பெண் பிறந்த ஐம்பது பேரும் மேலும் முயற்சி செய்வார்கள். அவர்களுக்கும் ஸ்டாட்டிஸ்டிக்ஸ் விதிப்படி இருபத்தைந்து ஜோடிக்கு ஆண்களும் இருபத்தைந்து ஜோடிக்குப் பெண்களும் பிறப்பர். இப்படியே தொடர்ந்து கணக்கிட்டு வந்தாலும் எப்போதும் ஆண், பெண் எண்ணிக்கை பாதிப் பாதியாகச் சரிசமமாகவே இருப்பதை நீங்கள் பார்க்கலாம்.

கணிப்பொறி என்று சொல்லப்படும் கம்ப்யூட்டரில் இப்போது ஜாதகம் பார்க்கிறார்கள். வெளிநாட்டிலும் பிரபலமாக இருப்பதைப் பார்த்தேன். உங்கள் பிறந்த தேதி, நேரம் முதலியவற்றைக் கொடுத்து விட்டால் அது உங்கள் ஜாதகத்தைக் கணித்து, நீங்கள் எப்படிப்பட்டவர் என்று சொல்லி, எதிர் காலத்தில் நடக்கப் போவதையும், ஜோஸ்யம் சொல்லும். கம்ப்யூட்டர் காகிதத்தில் அச்சடித்துக் கொடுப்பதால் இந்தச் சமாசாரத்துக்கு ஒரு புது அந்தஸ்து கிடைத்திருக்கிறது. கம்ப்யூட்டர் செய்தால் அதில் தப்பே இருக்காது என்று பரவலாக அபிப்பிராயம் இருந்து வருகிறது.

கம்ப்யூட்டர் சொன்னாலும் கடலங்குடி ஜோஸ்யர் சொன்னாலும் ஜோஸ்யம் ஜோஸ்யம்தான். அதில் உள்ள அறிவியலுக்கு ஒவ்வாத விஷயங்கள் எந்த விதத்திலும் மாறுபட்டு விடுவ தில்லை. கம்ப்யூட்டரை எதற்குத் தான் பயன்படுத்துவது என்று இந்தக் காலத்தில் விவஸ்தை இல்லாமல் போனதற்கு இது ஓர் அத்தாட்சி.

கம்ப்யூட்டர் வேலைக்காரனைப் போல ஒரு சேவகன். அதுவும் சொன்னதை அப்படியே அப்பட்டமாகச் செய்யும் சேவகன். இம்மாதிரி சேவகன் ரொம்ப டேஞ்சர். அவனிடம் பக்கத்து மார்க்கெட்டுக்குப் போய் பத்து ரூபாய்க்குச் சில்லறை மாற்றி வா என்று சொன்னால் நிச்சயம் செய்வான். ஆனால், மனித சேவகனாக இருந்தால் பக்கத்து வீட்டு பஞ்சாபகேசனைக் கொன்று விட்டு வா என்று சொன்னால் ஹிந்தி சினிமாவில் தவிர வேறு எங்கும் செய்ய மாட்டான். ஆனால், கம்ப்யூட்டர் கொலை என்பது அதன் செயல் பாட்டில் இருந்தால் நிச்சயம் செய்தே தீரும். அதற்குச் சமூகப் பிரக்ஞையோ பய உணர்ச்சியோ கிடையாது.

அதுதான் இந்த அபார ஆயுதத்தின் குறைபாடு. அதற்குக் கொடுக்கப்பட்ட ஆணைகளைக் கேள்வி கேட்காமல், பகுத்தறி யாமல் நிறைவேற்றுவது. அதனால் தான் கம்ப்யூட்டருக்கு ஜாதகம் கணிக்க ஆணை கொடுத்தால், ‘உனக்கு வேற வேலையில்லை?’ என்று கேட்பதற்குப் பதில் விசுவாசமாகக் கணித்துத் தருகிறது.

ஜப்பானில் கால் கழுவக் கூட மைக்ரோப்ராஸஸர் என்று குட்டி கம்ப்யூட்டரை டாய்லெட்டில் பிரயோகிக்கிறார்கள். இதெல் லாம் அறிவியலின் துஷ்பிரயோகம் என்று சொல்ல முடியது. ஒரு கருவியின் சாத்தியக் கூறுகளை இந்த அளவுதான் விஸ்தரிக் கலாம் என்று தடை ஏதும் இல்லை. அவர்கள் சுகமாகக் கொல்லைப் பக்கம் போக உதவுகிறதென்றால் தப்பே இல்லை. ஆனால், கம்ப்யூட்டரை வைத்துக் கொண்டு மிக பயங்கர ஆயுதங்களையும் உண்டாக்கி இருக்கிறார்கள்.

அண்மையில் வளைகுடாப் போரில் பாக்தாத் நகரத்தை மிக மிகத் துல்லியமாக பாம் போட்டு வெடித்தார்களே! அந்த லேசர் கதிர் குண்டுகளைச் செலுத்தியது கணிப்பொறியே. நம் இந்தியா செய்யும் ‘ப்ருத்வி’ ஏவுகணைகளைச் செலுத்துவதும் கணிப் பொறியே. அப்படி குண்டு விழுந்து ஆஸ்பத்திரியில் சேர்க்கப் பட்ட சிறு மகளின் மண்டையை ஸ்கான் பண்ணவும்

கம்ப்யூட்டர்தான் பயன்படுகிறது. 'அவளைத் தொடுவானேன். கவலைப்படுவானேன்' என்று ஒரு நாட்டுப்புறப் பாடல் உண்டு.

அண்மையில் பெங்களூர் கைத்தறி காட்சி சாலையில் என் மனைவி ஆறு கஜம் புடைவை வாங்கிக் கொண்டிருக்க, வெளியே காத்திருந்த போது, ஆறு கஜம் என்கிறார்கள். இந்த கஜம் என்ன என்று யோசித்துப் பார்த்தேன் (இந்தப் பழக்கம் எனக்கு உண்டு. அதுவும் புடைவைக் கடைகளின் முன்னிலையில்) கஜம் அல்லது கெஜம் என்பது உருது வார்த்தை என்று தோன்றுகிறது. முழமும் தமிழ். கஜம் என்பது இங்கிலீஷ்காரன் கொண்டு வந்திருக்க வேண்டும். அவனுடைய 'யார்டு' என்பது ரொம்ப காலமாகவே இருந்து வரும் நீட்டல் அளவை. இப்பவும் கிராமத்துப் புறங்களில் ஆழம், உயரம் போன்ற அளவைகளுக்கு மனித உறுப்புகளைச் சார்ந்த சொற்களைப் பயன் படுத்துவதைக் கேட்டிருக்கலாம்.

'ஆத்துல தண்ணி எத்தனை ஆழம்?' 'ரெண்டு ஆள் ஆழங்க. முழங்கால் மட்டும் நேத்திக்கு இருந்தது.' முழங்கையிலிருந்து விரல் நுனி வரை உள்ள நீளத்தை முழம் என்கிறோம். கஜம்? இதை லத்தீன் மொழியில் 'க்யூபிட்' என்கிறார்கள். சாண் என்பது கை விரல்களை விரித்து விரல் நுனியிலிருந்து விரல் நுனி வரை. 'எண் சாண் உடம்பு. ஒரு சாண் வயிறு.' அதே போல் அடி. ஆறடி நிலம். இவையெல்லாம் நம் மொழியிலேயே இருந்தாலும் கஜம் வெள்ளைக்காரன் வந்த பிறகு தோன்றிய அந்நியம். யார்டு என்கிற ஆங்கில வார்த்தை சுற்றளவுடன் சம்பந்தப்பட்டது.

மூக்கு நுனியிலிருந்து விரல் நுனி வரையுள்ள நீளமே கஜம் என்றார்கள். அல்லது ஒரு மனிதனின் இடுப்புச் சுற்றளவு என் றார்கள். ஆனால், எந்த மனிதன் என்று குறிப்பிடவில்லை. தயிர் வடை தேசிகர்களும், பகோடா காதர்களும் அந்தக் காலத்திலும் இருந்ததால் ஓர் அளவு வைத்துக் கொள்ளப் பிரயத்தனப் பட்டார்கள்.

யாருடைய அளவு? ராஜாதான். வேறு யார்? இங்கிலாந்து தேசத்து முதலாம் ஹென்றி மன்னன் மூக்கு நுனியிலிருந்து விரல் நுனி வரை அளவு இருக்கிறதே. அதுதான் ஒரு கெஜம் என்றார்கள்.

அதே போலத்தான் அடி என்பதும்கூட சார்லிமான் என்னும் மன்னனின் பாத அளவுதான். ஆனால், எல்லாச் சந்தைகளுக்கும் மன்னரை அழைத்துப் போக முடியாது. கொஞ்சம் கஷ்டம் ஏற்பட

அவருக்குப் பதிலாக அவர் முன்னால் ஒரு குச்சியை நீட்டமாகப் பதிய வைத்து மூக்கிலிருந்து விரல்கள் வரை அளவெடுத்து இதைத் தான் 'ஸ்டாண்டர்டு யார்டு' என்றார்கள். அந்தக் கஜம்தான் மெடீவல் தினங்களிலிருந்து நமக்கு வந்திருக்கிறது. அடுத்த முறை மனைவிக்குப் புடவை வாங்கும்போது முதலாம் ஹென்றியை நினைத்துப் பாருங்கள்.

பி.கு.: இப்போதெல்லாம் மீட்டர் வந்து விட்டது. சர்வதேச மீட்டர் அளவுக்குப் பாரிஸில் ஒரு பிளாட்டினம் தண்டு வைத்திருந்தார்கள். அது கூடப் போய் அணு விஞ்ஞானத்தைச் சார்ந்த அளவுகோல் செய்து விட்டார்கள். 'அட்டாமிக் ஸ்டாண்டர்டு'.

4
மோபியஸ் கவிதைகளும் வைர வரிகளும்

மோபியஸ் ஸ்ட்ரிப் என்று ஒரு சமாச்சாரம் உண்டு. ஒரு காகித ரிப்பனில் எளிதாகச் செய்யலாம். நீண்ட ரிப்பனை ஒரு முறை திருகி ஒட்ட வைத்து விட்டால் டோப்பாலஜி (Topology) என்னும் கணித இயலின் படி இது ஒரு மிக சுவாரஸ்யமான பொருளாகிறது.

இந்த வளையத்தைப் பற்றி நிறைய சமாச்சாரங்கள் எழுதியுள்ளனர். இந்த வளையத்தை நடுவில் குறுக்கே (முதுகில்) வெட்டிக் கொண்டே போனால், இரண்டாகவே ஆகாது. சட்டென்று ஒரு முழு வளையமாகி விடும். (வெட்டும் போது பிளேடு உபயோகித்தால் ரத்தக் காயத்துக்கு நான் பொறுப்பல்ல).

மோபியஸ் சித்தாந்தத்தை வைத்துக் கொண்டு அடியேன் கூட ஒரு சிறுகதை எழுதியுள்ளேன். 'மன்னிக்கவும். இது கதையின் ஆரம்பமல்ல.'

மோபியஸ் வளையத்தில் பல வித்தைகளைச் செய்துள்ளார். 'முடிவில்லாத ஆனந்தம்' என்று ஒரு மோபியஸ் வளையத்தில் எழுதி கிறித்துமஸ் அட்டை செய்திருக்கிறார்கள்.

கீழ்க்காணும் வாக்கியத்தைக் கோடிட்ட இடங்களில் வெட்டி ஒட்ட 'ட்விஸ்ட்' திருகில் கொடுத்து ஒட்டிப் படித்துப் பாருங்கள்.

ஒரு நாவல்!

ஓர் ஊர்ல ஓர் ஆள் ஒரு கதை சொன்னானாம். அது என்ன கதைன்னா...

கோடிட்ட இடத்தில் வெட்டி ஒரு திருக் திருகி ஒட்டவும்.

எஷர் (Escher) என்ற சித்திரக்காரர் மோபியஸ் வளையத்தை வைத்து வரைந்த சித்திரம் ஒன்று உண்டு.

கீழ்க்காணும் மோபியஸ் கவிதையை அமைத்தவர் மார்ட்டின் கார்ட்னர்.

ஒரு முறை ஒரு கவிஞன்
ஒரு கவிதை எழுதினான்

அதன் முதல் வரி
இவ்வாறு இருந்தது

ஒரு முறை ஒரு கவிஞன்
ஒரு கவிதை எழுதினான்

அதன் முதல் வரி
இவ்வாறு இருந்தது

ஒரு முறை ஒரு கவிஞன்
ஒரு கவிதை எழுதினான்

அதன் முதல் வரி
இவ்வாறு இருந்தது

....

....

என்று கவிதையை முடித்தான்
என்று கவிதையை முடித்தான்
என்று கவிதையை முடித்தான்

இந்தக் கவிதையின் ஆரம்ப வரிகளைப் புரிந்து கொள்வதில் உங்களுக்குச் சிரமமிருக்காது. ஆனால், கடைசி வரிகள்? எதற்காக மூன்று முறை என்று யோசித்துப் பாருங்கள். விடை கிடைக்கவில்லையென்றால் நான் உங்கள் ஊருக்கு எப்போதாவது வரும் போது நேரில் சந்தித்து விடை தெரிந்து கொள்ளுங்கள்.

மனிதன் ஆயிரக்கணக்கான வருஷங்களுக்கு முன்பே தீயைக் கண்டுபிடித்து விட்டான். அந்தக் கணத்திலிருந்து அந்தத் தினத்தி லிருந்து கையில் கிடைத்ததையெல்லாம் எரித்துக் கொண்டு வந்திருக்கிறான். எதற்கு? உஷ்ண சக்திக்கு, சமைப்பதற்கு, எரிபொருளாக, குளிர் காய. பொதுவாக மரம், மெழுகு, நிலக்கரி, எண்ணெய், மிருகக் கொழுப்பு எல்லாவற்றையும் எரித்து எரித்துத்தான் கடைசியில் பெட்ரோல் கண்டுபிடித்தான்.

இன்றுகூட காட்டை அழித்துச் சாப்பிட்டுக் கொண்டிருக்கிறோம். சுற்றுச் சூழல்காரர்கள் தொண்டை வறள சப்தம் போடுகிறார்கள். காட்டை எரிக்காதே, மரத்தை வெட்டாதே என்று. ஏழ்மை இருக்கும்வரை மரங்கள் வெட்டப்படும். சுள்ளி பொறுக்கும் சிறுமிகளிடம், ‘இன்னும் இருநூறு வருஷத்தில் கார்பன்-டை-ஆக்ஸைடு நம் உலகத்தில் பரவி எல்லாரும் செத்துப் போய் விடுவோம். துரட்டி போட்டு மரக் கிளைகளை ஒடிக்காதே’ என்று சொல்லி என்ன பிரயோஜனம்? அவர்கள் வீட்டிலே காஸ் இருக்கிறதா?

அதனால்தான் சுற்றுப்புறச் சூழல் அதிகாரிகளின் பேச்சை யாரும் அதிகம் கேட்பதில்லை. மேலும் தற்போதைய தேவைகள் எதிர் காலப் பொறுப்புகளை மறைப்பது சரித்திரச் சான்று. ஈராக் போரில் பொறுப்பற்று எண்ணெய்க் கிணறுகளைப் பற்ற வைத்ததால் ஒரு நாளைக்கு எத்தனையோ மில்லியன் டாலர் நஷ்டமானது.

பெட்ரோல் நமக்கு இன்னும் ஒரு நூற்றாண்டு கூடத் தாங்காது என்பது உங்களுக்கெல்லாம் தெரியும். அதற்குப் பதிலான எரி பொருளை அல்லது சக்தி தரும் பொருளைத் தேடிக் கொண்டிருக் கிறார்கள். பல பொருள்களை யோசித்துக் கொண்டிருக் கிறார்கள். கார்களை பாட்டரியில் ஓட்டலாம். சுமாராக ஓடும். பாட்டரியை அடிக்கடி சார்ஜ் பண்ணிக் கொள்ள வேண்டும். அதற்காக பாட்டரி பங்க் வைக்கலாம். இருந்தும் பாட்டரி மூலம் கொஞ்சம் மெல்லத்தான் ஓட்ட முடியும். ரேஸ் விட முடியாது. போகட்டும். எதிர்காலத்தில் கொஞ்சம் மெல்லப் போனால்

என்ன என்று ஒரு கோஷ்டி யோசிக்கிறது. மின் சக்தியால் கப்பல், ஏரோப்ளேன் ஆகியவற்றைச் செலுத்துவது கொஞ்சம் கஷ்டம். அணு சக்தியும் இருக்கிறது. அதில் ரேடியேஷன், அபாயக் கதிர் வீச்சு பிரச்னை இருக்கிறது. வற்றவே வற்றாத - தீரவே தீராத - ஒரு எரிபொருள் இருக்கிறது. ஹைட்ரஜன் வாயு.

உலகில் மிக அபரிமிதமாகக் கிடைக்கிற வஸ்து இது. கடல் நீர் முழுவதும் ஹைட்ரஜன்தான். ஒரு மைல் தெரியுமா உங்களுக்கு? சுமார் ஒண்ணரைக்கு மேல் கிலோ மீட்டர். ஒரு மைல் நீளம், ஒரு மைல் அகலம், ஒரு மைல் உயரத்தை ஒரு கன மைல் என்கிறோம். இவ்வாறு மூவாயிரம் கோடி கன மைல் தண்ணீர் நம் சமுத்திரங்களில் உள்ளது. இந்தத் தண்ணீரில் உள்ள ஆக்ஸிஜன் பிராண வாயுவை வெளிப்படுத்தி ஹைட்ரஜன் வாயுவை விடுவிக்கலாம். அருமையான எரிபொருள். புகையில்லை. எரிக்கும் போது விடுவிக்கப்பட்ட ஆக்ஸிஜன் வாயுவுடன் மறுபடி சேர்ந்து நீராக மாறுகிறது. எல்லாருக்கும் லாபம். இத்தனை சுலபம் எனில் ஏன் இன்னும் பெட்ரோலையே எரித்துக் கொண்டிருக்கிறார்கள்?

ஜல வாயுவில் ஒரே சிக்கல். ரொம்ப இடத்தை அடைத்துக் கொள்ளும். பெட்ரோல் எதனால் பிரபலம் என்றால் ஒரு ஸ்பூன் திரவத்தில் அத்தகைய எரிசக்தி அடர்த்தி, ஒரு லிட்டர் பெட்ரோல் தரும் சக்தியை ஹைட்ரஜனை வைத்துப் பெற வேண்டும் என்றால் ஒரு வீடு நிறைய நிரப்பி எரிக்க வேண்டியிருக்கும். விறகை எரித்துச் சமைக்கலாம். காகிதத்தை எரித்துச் சமைக்க ஒரு வருஷ நியூஸ் பேப்பர் தேவைப்படும் அல்லவா? அதனால் ஒரு பரிகாரம் கண்டுபிடித்திருக்கிறார்கள். டைட்டேனியம் என்னும் உலோகப் பொருள் - அதை இரும்புடன் கலந்து ஒரு பஞ்சு மாதிரி பண்ணினால் அது ஹைட்ரஜன் வாயுவை உறிஞ்சிக் கொள்ளும் சக்தி பெறுகிறது. உறிஞ்ச வைத்து மறுபடி கொஞ்சம் சூடு பண்ணினால் எல்லா வாயுவும் வெளிவந்து விடும். குறுகிய இடத்தில் நிறைய ஹைட்ரஜன் வாயுவை சேமிக்கலாம். ஒரு துண்டைத் தொப்பலாக நனைத்து தண்ணீர் சேகரிப்பது போல!

பிரச்னை இதோடு தீர்வதில்லை. ஜல வாயு ரொம்ப சீக்கிரத்தில் பற்றிக் கொள்ளக் கூடியது. அதை எரிபொருளாக உபயோகிப்பதில் வெடித்து விடும் அபாயம் இருக்கிறது. இந்த நூற்றாண்டின் ஆரம்பத்தில் ராட்சச ஹைட்ரஜன் பலூன்களை வைத்து டிரிஜிபிள் என்ற பிரயாண வண்டியை மிதக்க விட்டு அது பற்றிக்

கொண்டு வெடித்து நூற்றுக்கணக்கான பேர் செத்துப் போனதும் முயற்சியைக் கைவிட்டனர். அதனால் ஹைட்ரஜன் வாயுவை மெல்ல எரிய வைக்க அதை கார்பன்-டை-ஆக்ஸைடுடன் கலந்தால் கிடைப்பது நம் பழைய நண்பர் சாராயம். அதைக் குடிக்காமல் காரில் ஊற்றினால் கார் ஸ்மூத்தாகப் போகும்! எதிர்காலத்தில் இந்த முறையில்தான் விடிவுகாலம் வரப் போகிறது என்று சொல்கிறார்கள். என்ன, கொஞ்சம் தள்ளாடித் தான் போகட்டுமே! லேசில் தீர்ந்து போகாது.

மூவாயிரம் கோடி கன மைல்.

5

மனம்

மனித மனத்தின் பற்பல விசித்திரங்களை ஆராயும் போது, ஒரு திறமை விஞ்ஞானிகளை இப்போது வியப்பில் ஆழ்த்துகிறது. அது எளிமைப்படுத்தும் திறமை. அதை விவரமாகச் சொல்வதற்கும் மனம் என்பது நம் உடலில் எங்கே உள்ளது. எங்கே அதன் வாசஸ்தலம்? என்று யோசித்து வையுங்கள்.

நான் சென்னை விமான நிலையத்தில் பணிபுரிந்து கொண்டிருக்கும்போது 'ரேடியோ ட்ரான்ஸ் மிட்டர்'கள் நிறைந்த ஓர் அறையின் அருகில் இருந்தது என் அலுவலகம் இருந்த இடம். விமான நிலையத்தைப் பார்க்க வரும் அத்தனை கூட்டமும் அந்த அறையில் எட்டிப் பார்த்து விட்டுத் தான் போவார்கள். திருப்பதி மொட்டை, கோவிந்தா கும்பல், பட்டா பட்டி டிராயர் அணிந்த கிராமத்து சனங்கள் என்று அணி அணியாகக் கடந்து எட்டிப் பார்க்கையில் அந்த எலக்ட்ரானிக் சாதனங்களின் சிவப்பு, பச்சை விளக்குகளின் கண் சிமிட்டல்கள் அனைத்தும் அவர்களைப் பெரும் வியப்பில் ஆழ்த்தும்.

வாயைக் கால் அங்குலம் திறந்து வைத்துக் கொண்டு அது என்ன என்று யோசிப்பார்கள். அவர்கள் மனத் தில் என்ன பிம்பங்கள் ஏற்படும் என்று நான் வியந்ததுண்டு.

ஒரு முறை கிராமத்தவர்கள் இருவர் அம்மாதிரி எட்டிப் பார்த்து விட்டுப் பேசிக் கொண்டார்.

'என்னங்கண்ணே இது?'

மற்றவர் யோசித்து விட்டு 'அச்சாபீஸு' என்றார். முதலில் எனக்குச் சிரிப்பு வந்தது. அந்தக் கிராமத்தவர் ரேடியோ ட்ரான்ஸ் மிட்டர்களைப் பார்த்ததில்லை. அவர் மனதில் அடையாளம் பண்ணிக் கொள்ளக் கூடிய மிக நெருங்கிய இயந்திர ரூபம் அச்சாபீஸ்தான். அதனால் அதை அப்படிச் சொன்னார்.

இது முட்டாள்தனம் அல்ல. மனசின் முக்கியமான குணங்களில் ஒன்று.

புதிதான ஒன்றை நாம் தெரிந்த ஒன்றைக் கொண்டுதான் புரிந்து கொள்கிறோம்.

தினம் தினம் நாம் புதுசாகப் பல விஷயங்களைப் பார்க்கிறோம். அவற்றை அவ்வப்போது அர்த்தப்படுத்திக் கொள்ள வேண்டி யுள்ளது. வினோதத்தைப் பரிச்சயமாக மாற்றிக் கொள்வது. கொஞ்சம் யோசித்துப் பார்த்தால், நமக்கு முக்கியமான ஒரு தேவை. சந்தேகம் எப்போதும் நமக்கு உறுத்தும்.

நாம் பார்க்கும் பல்வேறு காட்சிகளில் பார்த்த விஷயங்கள் மட்டு மின்றி, பற்பல சரக்குகளையும் உடன் சேர்த்துக் கொள்கிறோம்.

'ஸ்கோடோமோ' என்கிற உபாதையில் நம் மூளையில் 'விஷுவல் கார்டெக்ஸ்' என்னும் பார்வைப் பகுதி சேதமடைந்து சில நியூட்ரான்கள் பாழ்பட்டுச் செயலிழந்து விடுகின்றன.

இதனால் கண்ணுக்குத் தெரியும் காட்சியில் அங்கங்கே திட்டு கள், வெற்றிடங்கள் முதலில் தெரியும். ஆனால், போகப் போக நம் மனம் பழகிக் கொண்டு வெற்றிடங்களைப் பழைய ஞாபகத் திலிருந்து சரியான வர்ணம், வடிவம் கொடுத்து நிரப்பிக் கொள்கிறது.

இந்தத் தகுதி எதற்கு நமக்கு இருக்கிறது? உயிர் பிழைக்க வேண்டிய அவசியம்தான் காரணம் என்கின்றனர். புதுசாக நமக்கு ஓர் அனுபவம் ஏற்பட்டால் அது நம் உயிருக்கு ஆபத் தானதா என்று தீர்மானிக்க, பழைய அனுபவங்களை நாட வேண்டும்.

உங்களை நோக்கி ஒரு பெரிய பந்து எறியப்படுகிறது. அந்தப் பந்து வெறும் பஞ்சுப் பந்தாக இருக்கலாம் என்று சும்மா இருப்போமா? இல்லை. முதலில் ஒதுங்கி நம்மைக் காப்பாற்றிக் கொண்டு விட்டு அதுக்கப்புறம் அது பஞ்சுப் பந்து என்று யோசிக்கிறோம்.

சென்ற முறை அஜாக்கிரதையாக இருந்து விட்டு அடிபட்ட அனுபவம் நமக்குப் பயன்படுகிறது. நாய் துரத்தும்போது 'அது சாது நாய். கடிக்காது' என்பதெல்லாம் இரண்டாம் பட்சம். முதலில் ஓட வேண்டும். வீட்டுக்கு வந்து நாயின் பூர்வாசிரமத்தை ஆராயலாம்.

புதிய எதையும் பழைய அனுபவத்தை வைத்துக் கொண்டு அதன் மர்மத்தைத் தெளிவாக்குகிறோம். அதை எளிமைப்படுத்து கிறோம்.

ஒழுங்கற்றதை ஒழுங்குபடுத்துவது அச்சாபீஸ்காரர் போல நம் ஞானத்தில் குறை இருந்தால் மழுப்பி நிரப்பிக் கொள்கிறோம்.

ஆதலால் நம்மால் முற்றிலும் ஒழுங்கற்று நடந்து கொள்வது முடியாது என்கிறார்கள். அந்தோனி பர்ஜஸ் என்கிற எழுத்தாளர் ஒரு வார்த்தைக்கும் அடுத்த வார்த்தைக்கும் சம்பந்தமே இல்லாத முற்றிலும் அபத்தமான வாக்கியம் ஒன்றை நம்மால் எழுதவே முடியாது என்றார். ஏனெனில், நம் மனத்தின் அடித்தளத்தில் இந்த 'ஒழுங்குபடுத்தும் புத்தி' அமர்ந்திருக்கிறது.

பர்ஜஸ் சொன்னதைப் பரிசோதித்துப் பார்க்க, நான் அபத்த வாக்கியம் ஒன்றை எழுதிப் பார்த்தேன்.

'ஓட்டல் மடம் வழியாக நீயும் நானும் முந்திரிப் பருப்பு. செத்துப் போய் வழிந்தது.'

என்று எழுதிப் பார்த்தேன். இது முற்றிலும் அர்த்தமற்றது என்று சொல்ல முடியுமா பாருங்கள். யோசித்ததில் ஓட்டல், மடம் இரண்டுக்கும் சம்பந்தமிருக்கிறது. இதுபோல் என் மனத்தின் அடித்தளத்தில் யாருடனோ முந்திரிப் பருப்பு சாப்பிடும் ஆசை இருந்திருக்க வேண்டும். 'நீயும் நானும் முந்திரிப் பருப்பு' என்கிற தொடர் முற்றிலும் அபத்தமானதல்ல. தொடர்பற்றதல்ல. நீங்களும் முயற்சி செய்து பாருங்கள். நிஜமாகவே தொடர்பற்ற வாக்கியம் அமைத்தால் நூறு ரூபாய் பரிசு.

‘நான்சென்ஸை’, ‘சென்ஸ்’ ஆக்குவது தான் மூளையின் வேலை. உடலின் அத்தனை காட்சிகளையும் அனுபவ வேகத்தில் அர்த்தம் பண்ணிக் கொள்ள வேண்டியுள்ளது. அதற்கு இவ்வாறு எளிமைப்படுத்துவதால் சில இழப்புகளும் உண்டு என்கிறார்கள். அனுபவத்திலிருந்து கற்றுக் கொள்ளும் தகுதி குறைந்து விடுகிறதாம். சில சமயம் தப்பான முடிவுகளுக்கு வந்து விடுவோம். ஓர் உதாரணம் பார்ப்போம்.

சுபா காலேஜ் படிக்கும்போது பெண்ணுரிமை பற்றி நிறையப் பேசுவாள்.

கீழ் காண்பதில் எது அதிக சாத்தியம்?

சுபா பாங்கில் வேலை பார்க்கிறாள்.

சுபா பாங்கில் வேலை பார்த்துக் கொண்டே பெண் விடுதலை இயக்கத்தில் பங்கேற்கிறாள்.

எமாஸ் ட்வெர்ஸ்கி, டேனியல் கானமைன் என்கிற இரண்டு மனோதத்துவ ஆராய்ச்சியாளர்கள் மேற்குறிப்பிட்ட கேள்வியைப் பலரிடம் கேட்டபோது, பெரும்பாலானோர் இரண்டாவது கூற்று தான் அதிக சாத்தியம் என்று சொன்னார்களாம்.

ஆனால் பகுத்தறிவு ஸ்டாட்டிஸ்டிக்ஸ் விதிகளின்படி முதல் கூற்றுக்குத்தான் அதிக சாத்தியக் கூறு. ஏனென்றால் சுபா பாங்கிலும் வேலை பார்த்துக் கொண்டு பெண்ணுரிமையையும் கவனிப்பது இரட்டை வேலை. சுபா பாங்கில் மட்டும் வேலை பார்க்கிறாள் என்கிற கூற்றுக்குச் சாத்தியம் அதிகம்.

இந்தத் தப்பான முடிவு நம் எளிமைப்படுத்தும் குணத்தினால் வருகிறது என்கிறார்.

‘அலாவுதீனும் அற்புத விளக்கும்’ என்கிற அராபிய இரவுக் கதையைப் படித்திருப்பீர்கள். அதில் ஒரு சின்ன கேள்வி..

அலாவுதீன் எந்த தேசத்தவன்? சீனாக்காரனா, பர்சியா தேசத்தவனா?

உங்களில் பெரும்பாலோர் அலாவுதீன் பர்சியா தேசக்காரன் என்று பதில் செல்கிறீர்கள். காரணம் என்ன? ‘அலாவுதீனும் அற்புத விளக்கும்’ அராபிய இரவுக் கதையாக இருப்பதால்,

அலாவுதீன் பார்சியா என்னும் அரபு நாட்டைச் சேர்ந்தவனாக இருக்க வேண்டும் என்கிற எளிமைப்படுத்தப்பட்ட முடிவு உங்கள் மூளையில் ஏற்படுகிறது.

அலாவுதீன் சைனாக்காரன்!

நம் ஞாபகத்தையும் கம்ப்யூட்டர் ஞாபகத்தையும் அதனால்தான் ஒப்பிட மாட்டார்கள்.

கம்ப்யூட்டர் ஞாபகத்தில் பிசகே இருக்காது. உள்ளே போட்டது மாறாமல் பிசகாமல் வெளியே வந்து விடும்.

நம் ஞாபகங்கள் அனுபவ அடிப்படையில் ஏற்பட்ட மழுப்பல்களும் எளிமைப்படுத்துதல்களும் நிறைந்ததால் குறைபட்டு உள்ளது.

ரொம்ப நாள் கழித்து நான் என் நண்பன் நாகராஜனைப் பார்த்தேன்.

'ஏம்ப்பா நாகராஜா! என்ன இப்படி மாறிப் போய்ட்டே கண்ணு. தலை மயிர், மூக்கு எல்லாமே மாறிப் போச்சே நாகராஜா! ஏன் இப்படி நாகராஜா?'

'ஸார்! எம் பேர் நாகராஜன் இல்லை.'

'சரிதான். பேரையும் மாத்திட்டியா?'

இதுதான் நம் ஞாபகத்தின் குறை.

6

நூற்றாண்டின் மகத்தான சாதனைகள்

இருபதாம் நூற்றாண்டின் இறுதியில் அறிவியலின் மகத்தான சாதனைகள் என்று எவற்றைச் சொல்ல முடியும்?

'சைன்டிஃபிக் அமெரிக்கன்' பத்திரிகை ஐந்து முக்கியமான சாதனைகளைச் சொல்கிறது. பிரபஞ்சத்தின் ஆரம்பங்களை அறிந்து கொண்டது. உயிரின் ரகசியங்களை வெளிப்படுத்தியது. பருப்பொருளின் உண்மையான அமைப்பைப் புரிந்து கொண்டது. கணிப்பொறிகளும் செய்தித் தொடர்பும். பூமியின் ஆரம்ப வடிவங்களைத் தெரிந்து கொண்டது.

இந்த ஐந்தையும் பற்றிக் கொஞ்சம் சுருக்கமாகச் சொல்லி விட்டு, பிறகு விவரமாகத் தனிப்பட்ட முறையில் அவற்றை ஒவ்வொரு கட்டுரையாக விஸ்தரிக்க உத்தேசம்.

இந்த நூற்றாண்டின் சாதனைகளின் பட்டியலில் ஐன்ஸ்டைன் (Einstein), வாட்ஸன் (Watson), கிரிக் (Crick), ஷ்ரோடிங்கர் (Schrodinger) போன்ற பல தனிப்பட்ட சாதனையாளர்களின் பெயர்கள் தென் பட்டாலும் நூற்றுக்கணக்கான ஆராய்ச்சி சாலைகளில் ஆயிரக்கணக்கான விஞ்ஞானிகளின் கூட்டுறவுச் சாதனை என்றுதான் இந்த நூற்றாண்டைக் கொண்டாட வேண்டும்.

முதன்முதலாக மனித ஜாதிக்கு 'உண்மை' (பௌதிக உண்மை, உயிர் வாழ்தலின் உண்மை இரண்டும்) புலப்பட்டிருக்கிறது. நம் பிரபஞ்சம் முழுவதும் சில ஆதாரத் துகள்களால் அமைக்கப் பட்டிருக்கிறது என்று இப்போது தெரிந்திருக்கிறது. இந்தத் துகள்களுக்கு இடையே ஆதார சக்திகள் இயங்குவதும் தெரிந்திருக்கிறது. துகள்களாலும் சக்திகளாலும் இணைக்கப்பட் டிருக்கும் நம் பிரபஞ்சம் ஆதி ஆதி ஆரம்பத்தில் சூன்யத்திலிருந்து பிரம்மாண்டமாக வெடித்து எழுந்திருக்கிறது என்னும் சித்தாந் தத்துக்கு வலுவான சாட்சியங்கள் கிடைத்துள்ளன. எலக்ட்ரான் (Electron), ம்யுலான் (Mulon), டவ் (Tau) என்று மூன்று ஜாதி. அதில் லெப்டான் (Lepton), க்வார்க் (Quark) என்று இரண்டு பிரிவுகள். இவற்றில்தான் பிரபஞ்சத்தின் ஜடப் பொருள்கள் அத்தனையும் அமைந்திருக்கின்றன. அங்கங்கே ஸூப்பர் க்ளஸ்டர் காலக்ஸி (Super Cluster Galaxy) என்னும் திரள்கள். அவற்றுக்கு இடையே பாழ்வெளி, குறுக்கே பல்ஸார், ஸூப்பர் நோவா (Pulsar, Super Nova) நட்சத்திரங்கள் இப்படி அமைந்திருக்கும் பிரபஞ்சத்தின் ஜட அமைப்பில் துகள்களும் சக்தித் துணுக்குகளும் அடிக்கடி வேஷம் மாறுகின்றன. கிட்டே போய்த் தொட்டுப் பார்க்க முயற்சி செய்தால் பிரபஞ்சத்தின் உண்மை மறைந்து போய் வெறும் விளைவு ஆகி விடுகிறது. இந்த விந்தையைச் சிந்திக்க வைத்த ஆயிரக்கணக்கான இயற்பியல் விஞ்ஞானிகளுக்கு நாம் ஆச்சரியம் கலந்த வந்தனைகள் அளிக்க வேண்டும்.

பிரபஞ்சத்தின் உண்மையை இந்த விஞ்ஞானிகள் இரண்டு விதங்களில் சித்தரித்தார்கள். நுட்பத்திலும் நுட்பமான துகள் வடிவிலும், பிரம்மாண்டத்திலும் பிரம்மாண்டமான பிரபஞ்ச வடிவிலும் இந்த சிந்தனைகளில் நம் மனோ சக்தியின் எல்லை களைத் தொட்டுப் பார்த்து விட்டு இதற்கு மேல் நினைக்க இயலாது என்கிற ஸ்திதிக்கு வந்து விட்டார்கள்.

உயிரியலிலும் மிக மகத்தான சாதனை ஒன்றைச் செய்திருக் கிறார்கள். உயிர் உள்ளது என்பதன் ஆதார அணு அமைப்பை, உயிரின் ரகசியத்தை அறிந்து கொண்டு உலகில் உள்ள கோடிக் கணக்கான ஜந்துக்கள் எப்படி வந்தன, வாழ்ந்தன, அழிந்தன, உயிர் வாழ்கின்றன என்பதைத் தெரிந்து கொண்டது இந்த நூற்றாண்டின் மற்றொரு ஸூப்பர் சாதனை. டி.என்.ஏ. (DNA) என்னும் மூன்று எழுத்துக்குள் ஜீவ ரகசியம் பொதிந்திருப்பதைக் கண்டுபிடித்து எளிமையான உயிரணுக்களைச் சிருஷ்டிக்கும்

Adshaya

பல்தரப்பட்ட தமிழ் புத்தகங்கள், வாழ்த்து மடல்கள், CD's மற்றும் பல பொருட்கள் வாங்க

www.adshaya.com

www.adshaya.com

திறமை பெற்று கடவுள் விளையாட்டுத் தொடங்கும் நிலையில் உள்ளோம். நாம் ப்ரோட்டின் (protein) போன்ற மாலிக்யுல்களின் முப்பரிமாண அமைப்பை அறிந்து கொள்ள கிரிஸ்டலோகிராஃபி (Crystallography), கம்ப்யூட்டர் போன்ற கருவிகள் மூலம் இந்த ரகசியத்தைப் பகுதி பகுதியாகப் பிரித்து அலசி பகுத்துப் பார்த்ததில், சில அதிசயமான விடைகள் கிடைத்துள்ளன.

எப்படி நீங்களும், நானும், வீட்டு ஈயும், மீனும் ஆதாரமான ஒரு கரு அல்லது முட்டையிலிருந்து ஒரு முழு வடிவாக வளர் கிறோம்? ஜீன்களின் (Gene) மூலம், அதன் கட்டட அமைப்பில் பொதிந்துள்ள செய்திகளில் உள்ள மூக்கின் நீளம், கண்களின் நிறம் எல்லாம் தீர்மானிக்கப்பட்டு உங்கள் சந்ததியின் சரித்திரமே உங்கள் செல் உயிரணுவின் அமைப்பில் எழுதி, தொடர்ந்து பரம் பரைக்கு அனுப்பப்படுகிறது. இதையும் இந்த நூற்றாண்டில் அறிந்து கொண்டோம்.

அடுத்தது நம் பூமி. அது ஆரம்பத்தில் எப்படி இருந்தது என்பதைப் பற்றிப் பல கருத்துக்கள் இருந்தன. 1912ல் ஆல்பிரட் வெகனர் (Alfred Wegenner) என்பவர் காண்டினென்டல் ட்ரிஃப்ட் (Continential Drift) 'கண்டங்களின் நழுவல்' என்னும் சித்தாந்தத்தை அறிவித்தார். அதன்படி இரண்டாயிரம் கோடி ஆண்டுகளுக்கு முன் நம் உலகம் ஓர் ஒட்டு மொத்தமான பான்ஜியா (Pangaea) என்னும் பெரிய கண்டமாக இருந்தது. அது மெல்ல மெல்ல விலகி ஆப்பிரிக்கா, ஆசியா போன்ற கண்டங்களாக மாறியது என்று சொன்னார். இதை முதலில் அதிகம் பேர் ஒப்புக் கொள்ளவில்லை. இரண்டாம் உலக யுத்தத்துக்குப் பிறகு இந்தச் சித்தாந்தத்துக்கு ஏற்ப சாட்சியங்கள் வலுவாயின. பூமியியலில் பல விஞ்ஞானிகளின் முயற்சியின் விளைவாக ப்ளேட் டெக்டானிக் (Plate tectonic) சித்தாந்தம் பிரசித்தமாகியது. இதன் மூலம் நம் சொந்த இருப்பிடமான பூவுலகத்தைப் பற்றி நிறையத் தெரிந்து கொள்ள முடிந்தது.

கணிப்பொறிகள்தாம் இந்த நூற்றாண்டின் மிக மகத்தான சாதனை என்பேன். கணிப்பொறி என்பது புதுசான யோசனை இல்லை. சென்ற நூற்றாண்டின் முற்பகுதியிலேயே இது இருந்து வந்திருக்கிறது. சார்லஸ் பாபேஜ் (Charles Babbage) என்னும் பிரிட்டிஷ் விஞ்ஞானி 1812லேயே இதை யோசித்திருக்கிறார். ஆனால், எலக்ட்ரானிக்ஸ் என்னும் இயல் வயதுக்கு வந்த பின் தான் கணிப்பொறி இயல் கணிசமான முன்னேற்றம் பெற்றது.

இது 1940களில் நிகழ்ந்தது. 1948இல் டிரான்ஸிஸ்டர் வால்வுகளை (Transistor Valve) பதவி நீக்கம் செய்தது. அறுபதுகளில் ஐஸி (IC) என்னும் நுட்பமான இணைப்புகளின் தொகுப்பு கண்டுபிடிக்கப் பட்டு இன்று சிலிக்கன் (Silicon) சில்லுகளில் ஒருகோடி இணைப்புகளை எழுதும் திறமை பெற்று விட்டோம்.

1966ல் ஒரு பெரிய கம்ப்யூட்டர் ஒரு செகண்டுக்கு பத்து லட்சம் ஆணைகளை நிறைவேற்றும் தகுதி பெற்றிருந்தது. 1975ல் அது மினி கம்ப்யூட்டர் ஆகி 1985ல் பி.ஸி. (PC) என்னும் மேசை கம்ப்யூட்டரில் அந்தத் தகுதி வந்து விட்டது. இன்றைய பி.ஸி. இதைப் போல பத்து மடங்கு சக்தி பெற்றது Laptop, Palm Computer என்று ஒரு புத்தக அளவில் வந்து விட்டது.

கணிப்பொறிகளின் சாதனைகளை விட கணிப்பொறி செய்தி பரிமாற்றமும் இணைந்து போனதுதான் சென்ற நூற்றாண்டின் சிறப்பான சாதனை. இந்த நூற்றாண்டில் உலகில் உள்ள அத்தனை கணிப்பொறிகளும் ஒன்றுடன் ஒன்று இணைக்கப்பட்டு பூமி என்பதே ஒரு முனை இயக்கம் போலாகி அந்த முனையின் நியூரான் (Neuron) இணைப்புகளான கணிப்பொறிகள் பயன் படுத்தப்படும் நாள்களின் அருகில் இருக்கிறோம்.

டெலிபோன் கம்பிகளின் மூலம் கணிப்பொறிகள் இணைக்கப் படுகின்றன. வரும் நாள்களில் ஃபைபர் (Fibre) நார்களின் மூலம் இணைத்து விடுவார்கள். இந்த மெல்லிய இழைகளின் வெளிச்சத் துணுக்குகளின் மூலம் அனைத்து கணிப்பொறிகளும் இணைக்கப்பட்டு அறிவியல் ஞானம் என்பது உலகத்து மக்கள் அனைவரின் பொதுச் சொத்தாக மாறும் நம்பிக்கை இருக்கிறது.

இன்று நம் நகரத்தின் தெருக்களில் பிச்சையெடுக்கும் அழகிய குழந்தைகளுக்குச் சோறு போட்டு அவர்களைக் குளிப்பாட்டிய பின் பிரபஞ்சத்தின் ஆதாரத்தைப் பற்றி நாம் நினைக்கலாம்.

7

மற்ற புலன்கள்

மூக்கைப் பற்றிய இரண்டாவது கட்டுரையைத் தொடர்ந்து நம் ஐம்புலன்களையும் பற்றிச் சொல்வதற்கு முன், மூக்கின் சில உபரி விந்தைகளைத் தெரிந்து கொள்ளலாம். பொதுவாக நம் புலன் உணர்வுக்குக் காரணமாக கெமோ ரிஸப்டர்கள் என்று சொல்கிறார்கள். அவைதான் தித்திப்பு, புளிப்பு, வாசனை, நாற்றமென்று பகுக்கின்றன. நம் மூக்கில் மேம்பாகத்தில் உள்ள வாசனை வாங்கிகள் இரண்டு கோடி நரம்பு முடிகளை நூல் பிரித்தது போல் இருக்க, நாம் சுவாசிக்கும் காற்றில் நூற்றில் இரண்டு பங்குதான் அவற்றின் மேல் படுகின்றன. எப்போதும் ஈரமாக இருக்கும் இந்தப் பகுதியில் ஒரு கிராம் அளவில் நூறு கோடி பாகம் மஸ்க் எனப்படும் புனுகு வாசனை இருந்தால்கூட அதைக் கண்டு பிடிக்க வல்லது.

மொத்தம் ஏழு வாசனைகள்தான் ஆதாரமானவை. இந்த வாசனா திரவியங்களின் மாலிக்யுல் அமைப்பை, பூட்டுக்குச் சாவி போலப் பொருத்தம் பார்த்துக் கண்டுபிடிக்கிறோம். மொத்தம் பத்தாயிரம் வரை வாசனைகளை நம்மால் அடையாளம் கண்டு கொள்ள முடிகிறது. வாசனை இப்படி. ருசி? நாக்குக்கு அத்தனை முக்கியத்துவம் இல்லை. ஒரு வாசனையை உணர்வதைவிட 2,500 தடவை நம் ருசி சக்தி குறைவு. ருசிக்கு உண்டான அத்தனை

மொட்டுகளும் நாக்கில்தான் உள்ளன. வயது வந்த ஆளுக்கு மொத்தம் 9,000 ருசி மொட்டுக்கள் உள்ளன. பாப்பாவுக்கு ஜாஸ்தி. நாக்குக்கு நான்கு ருசிகள்தான் தெரியும். உப்பு, சர்க்கரை, புளிப்பு, கசப்பு ஆகிய நான்கை வைத்துக் கொண்டு வெவ்வேறு கலவை களாக மற்ற ருசிகளை அறிகிறோம். இதற்கு எத்தனை விளம் பரம், வியாபாரம் கோடிக்கணக்கான ரூபாய் செலவு! அண்மை யில் அமெரிக்கா போயிருந்தபோது மைசூர் மசாலா கிடைக்கிறது என்று சித்தார்த்தா என்கிற இந்திய ஓட்டலைத் தேடிக் கொண்டு ப்ளாக் ப்ளாக்காக அலைந்தோம். எல்லாம் நாக்கு பண்ணும் சதி.

கோமா என்று கேள்விப்பட்டிருப்பீர்கள். சகல சக்திகளும் இழந்து மூச்சு மட்டும் விட்டுக் கொண்டிருக்கும் படுக்கை நிலை. இதற்கு இப்போதெல்லாம் புதுசாக ஒரு பெயர் சொல்கிறார்கள். 'பர்ஸிஸ்டண்ட் வெஜிடேட்டிவ் ஸ்டேட்' என்று. அதாவது தொடர்ந்து ஒரு காய்கறி பதார்த்தம் போல இருப்பவர்களுக்கு இந்த நிலை. இரண்டு வருஷங்களுக்கு முன்பு டோனி ப்ளாண்ட் என்கிற இளைஞன் இங்கிலாந்தில் ஒரு கால் பந்து ஆட்டத்தைப் பார்க்கப் போனான். தாங்க முடியாத நெரிசல். அதில் அகப் பட்டுக் கொண்டு டோனி அப்படியே சப்பட்டையாக அழுத்தப் பட்டு மயக்கமுற்று மூளைக்கு ஆக்ஸிஜன் போகாமல் மூளையின் அத்தனை செல்களும் நாசமாகி, இரண்டு வருஷமாகக் காய்கறி நிலையில் படுத்திருக்கிறான். பத்தொன்பது வயசு இளைஞன். அப்பா அம்மாவுக்கு எப்படி இருக்கும்? தினம் அவன் வெறித்த கண்களின் முன் டி.வி. போட்டு கால் பந்தாட்டம் காட்டிக் கொண் டிருக்கிறார்கள். எப்போதாவது அந்தக் கண்களில் அடையாளம் தெரியும் என்ற நம்பிக்கையுடன் மூச்சு விட்டுக் கொண்டிருக் கிறான். ஆனால், ஆகாரம் எல்லாம் ட்யூப் வழியாகத் தினம் தினம். வருஷம் வருஷம். இவன் பிழைக்க சான்ஸே இல்லை என்கின்றனர் டாக்டர்கள்.

ஆனால், இந்த மாதிரி ட்யூப் மூலமாக அவன் வாழ்நாளை நீடிக்க முடியும். யாருக்கு ப்ரீதி என்று கேட்கிறார்கள். குழாயைப் பிடுங்கி விட்டால் பையன் செத்து விடுவான். யார் சாகடிப்பது? இந்த மாதிரி 'இருந்தும் இறந்தவர்கள்' வருஷா வருஷம் நம் நாட்டிலேயே 5000 கேஸ் வருகிறது. இந்திய சட்டப்படி அவர்களைத் தொடர்ந்து மூச்சு விடும் மெஷின்களாகத்தான் இயக்கிக் கொண்டிருக்க வேண்டும். கொல்ல முடியாது. இ.பி.கோ. அனுமதிப்பதில்லை. பிரிட்டனில் இந்தக் கேஸ்கள் எந்த நாளிலும் 1500லிருந்து 2000 வரை இருக்கிறது

என்று சொல்கிறார்கள். அவர்களுக்கு வாய் மூலம் போஷாக்கு கொடுத்து நாம் என்ன சாதிக்கிறோம் என்பது இப்போது பெரிதாக விவாதிக்கப்படும் பிரச்னை.

அமெரிக்காவில் கோர்ட்களில் இவர்களைக் கொன்றுவிட அனுமதி கோரி, எண்பது கேஸ்கள் பதிவாகிக் காத்திருக்கின்றன. அவர்களுக்கு மூச்சு விடும் மெஷின் தனத்திலிருந்து விடுதலை தருவது கொலையா, தர்ம காரியமா என்று தீர்மானிக்க முடியாமல் திணறுகிறார்கள். ஒவ்வொரு படுக்கைக்கும் வருஷத்துக்குச் சுமார் ஒரு லட்சம் செலவாகிறது. இதற்கு யார் பொறுப்பு? அண்மையில் லான்ஸெட் என்னும் மருத்துவப் பத்திரிகையில் எப்போதாவது பிழைத்து விடுவான் என்கிற நம்பிக்கையில்தான் வருஷங்கள் கடக்கின்றன. ஆழ்ந்த கோமாவில் இருப்பவர்கள் சில வாரங்களில் அல்லது மிஞ்சிப் போனால் ஒரு மாதத்துக்குள் நினைவு பெற்று விடுவார்கள்; வருஷக் கணக்கில் படுத்திருப்பவர்கள் திரும்ப நினைவு பெறுவது சாத்தியமில்லை என்கிறது. அவர்களுக்கு வாய் மூலம் எந்தவித தாகமோ அல்லது வலியோ உணரப் போவதில்லை. அதற்கான நரம்புகள் எல்லாம் உணர்ச்சிகள் எல்லாம் அவர்களுக்குப் பழுதடைந்து விட்டன.

'என் மகன் சாலை விபத்தில் இறந்தான். ஆனால், அவன் அந்திமக் கிரியைகள் ஆறு வருஷம் கழித்துத்தான் நடந்தது' என்கிறாள் ஒரு தாய். ஆறு வருஷம் அவனைக் கோமாவில் வைத்திருந்து பார்த்திருக்கிறார்கள்!

இவர்களைக் கொல்வது கருணைக் கொலை எனில் யாருக்குக் கருணை? நினைவிழந்தவனுக்கா? அல்லது சுற்றுப்பட்டவர்களுக்கா? இது பற்றிச் சிந்தித்துப் பாருங்கள்.

முதல் ஏரோப்ளேன் 1903இல் பறந்தது. ஆனால், ஆகஸ்ட் 23, 1977 வரை மனிதன் தன் சொந்த சக்தியால் பறக்கவில்லை. எல்லாமே ஒரு மோட்டார் அல்லது என்ஜின் வைத்துக் கொண்டுதான். ஹென்றி கிரெமர் (Henry Kremer) என்பவர் 1959ஆம் ஆண்டு ஒரு பரிசு அறிவித்தார். பரிசுத் தொகை அப்போது சுமார் பத்து லட்சம். பரிசு எதற்கு? சொந்த சக்தியால் பறக்கும் மனிதனுக்கு, 1/2 மைல் இடைவெளியுள்ள இரண்டு கம்பங்களின் இடையில் எட்டு நிமிடங்கள் உயரத்தில் பறக்க வேண்டும். பிரிட்டன், கனடா, ஜப்பான், தென் ஆப்பிரிக்கா, ஆஸ்திரேலியா என்று பல பேர் முயன்று தோற்றுப் போனார்கள். மனிதனால் பறக்கவே

முடியாது என்று சொல்லி விட்டார்கள். கடைசியில் பால் மக்ரிடி என்பவர் 1977இல் பறந்து காட்டினார். ஒரு பயங்கர இறக்கை செய்து சைக்கிள் மாதிரி பெடல் அமைத்து என்ஜினை என்னவோ தகிடுதத்தம் செய்ய, பத்தடி உயரத்தில் விலுக் விலுக் என்று பெடலை உதைத்து ஒரு மைல் தூரத்தை ஆறரை நிமிஷத்தில் கடந்து, பறந்து பரிசைத் தட்டிக் கொண்டு போய் விட்டார். சந்திர மண்டலத்துக்குச் செல்லும் இந்த ராக்கெட் யுகத்தில் மக்ரிடி சாதித்தது என்ன? சிந்தித்துப் பாருங்கள்.

8

சங்க இலக்கியப் பறவைகள்

நான் இதை எழுதும் போது தேர்தல் ஜுரம் நாடெங்கும் பரவிய நிலை. இன்னும் மக்கள் ஓட்டுப் போடவில்லை. ஸீஃபாலஜிஸ்ட் என்று சொல்லப்படும் எலக்ஷன் அலசர்கள் காங்கிரஸுக்கு 240 இடமும், பி.ஜே.பிக்கு 180, ஜனதா தளத்துக்குச் சுமார் 80 என்றும் கணக்கிட்டுச் சொல்லியிருக்கிறார்கள். இதற்கும் 'நம்புங்கள் நாராயணன்' ஜோஸ்யத்துக்கும் என்ன வித்தியாசம்? பொதுவாக ஸ்டாட்டிஸ்டிக்ஸ் ட்ரெண்ட் அனாலிஸிஸ் போன்ற இயல்களைச் சார்ந்த ஹேஷ்யம் இந்த எலக்ஷன் சமாச்சாரம். அமெரிக்காவில் 'எக்ஸிட் போலிங்' என்று ஒன்று உண்டு. ஓட்டு போட்டு வெளியே வருபவர்களை, 'நீ யாருக்கு ஓட்டுப் போட்டாய்?' என்று கேட்டால் பொதுவாக உண்மையைச் சொல்லி விடுவார்கள்.

அம்மாதிரி நாடு முழுவதும் ஓட்டுப் போட்டு வெளியே வருபவர்களை சாம்பிள் பார்த்து ஏறக்குறைய சரியாக யார் ஜெயிப்பார்கள் என்று மத்தியானமே சொல்லி விடுவார்கள். அதுபோல நாட்டின் பல பாகத்தில் பல விதமான மக்களைச் சந்தித்து, நீ யாருக்குப் போடுவாய் என்று சாம்பிள் பார்த்து அந்தச் சாம்பிளை நாடு முழுவதும் விரவின நிலையில் விஸ்தரித்துச் சொல்வது ப்ராணாய் ராய் போன்றவர்கள் செய்யும் வேலை.

இதில் சாம்பிள் அளவு மற்றும் சாம்பிளின் கலவை, சமூகத்தில் பல தரப்பட்ட மக்களிடமிருந்து கேள்வி கேட்பது இதைப் பொறுத்து அவர்களின் ஹேஷ்யங்கள் உண்மைக்கு அருகில் வரும். மேலும் ஓட்டுச்சாவடிக்குப் போகும் வரை தீர்மானிக்காத சனங்களும் இருக்கிறார்கள். (நாஞ்சில் நாடனின் 'மருமகள் வாக்கு' என்கிற கதையைப் படித்துப் பாருங்கள்). கடைசி நிமிஷம் வரை தீர்மானிக்காத இருபது சதவிகித மக்கள் சில சமயம் ஓட்டின் முடிவை மாற்ற முடியும். ஆனால், பொதுவாக இந்த மாதிரி சர்வேக்கள் பாரபட்சமின்றி செய்யப்பட்டால் சரியாகவே இருக்கும். இந்த சர்வேயில் உள்ள ஒரே அபாயம் பொதுப்படுத்தும் அபாயம். 'மார்வாரிகள் எல்லாரும் பிஸினஸ் காரர்கள். பணத்தில் கெட்டிக்காரர்கள்.' 'பெங்காலிகள் அனை வரும் இன்டலெக்சுவல்கள். கவிதை எழுதுவார்கள்' என்று பொதுப்படுத்தும் அபாயம்தான் இம்மாதிரி சர்வேக்களிலும் உள்ளன. மற்றும் சில சமயங்களில் ஒரு பானை சோற்றுக்கு ஒரு சோறு பதம் என்பது சரி வருவதில்லை. காத்திருந்து பார்க்கலாம்.

பாட்டனி படிப்பும் சங்க இலக்கியமும் சேர்ந்து வருவது கொஞ்சம் வியப்பானதே. ஜுவாலஜி படித்திருக்கும் பி.எல். சாமி சங்க இலக்கியத்தில் உள்ள அத்தனை பறவைகளையும் கணக்கெடுத்து ஒரு புத்தகம் எழுதியிருக்கிறார். 'சங்க இலக் கியத்தில் புள்ளின விளக்கம்' என்று. அறிவியல் முறைகளைப் பயன்படுத்தி நற்றிணை, குறுந்தொகை, அகம், புறம் போன்ற பழைய நூல்களில் உள்ள அத்தனை பறவைகளையும் அடையாளம் காட்டியிருக்கிறார். பங்களூரில் இருக்கும் எனக்கு இன்னமும் சில வேளை பறவை கீதங்களைக் கேட்க வாய்ப்பு பாக்கி இருக்கிறது. சரேல் என்று என் வீட்டுத் தோட்டத்தில் நீளமாக வாலை வைத்துக் கொண்டு வெள்ளையும், கறுப்புமாக ஒரு குருவி தாற்காலிகமாக வந்து உட்கார்ந்து கொள்ளும். அதன் அழகைப் பார்த்து பிரமித்து அதன் பெயர் என்ன என்று ஸலீம் அலியைத் தேடுமுன் பறந்து போய் விடும். சங்கப் புலவர்கள் பறவைகளைப் பார்த்ததுமல்லாமல் அவற்றின் பலவித குணங் களையும் வர்ணித்திருக்கிறார்கள்.

உங்களுக்கு எத்தனை பறவைகளின் பெயர் தெரியும்? யோசித்துப் பாருங்கள்; பத்தா, பதினொன்றா? சங்க இலக்கியம் அறுபத் திரண்டு பறவை வகைகளைச் சொல்கின்றன. பொறி வரிப் புறா, செந்தார்க்கிளி, குடுமி உழால் போன்ற வசீகரமான பெயர் களுடன் அவற்றின் செய்கைகளையும் கவனித்திருக்கிறார்கள்.

அகநானூறில் வரும் இந்த வரிகள் அடிக்கடி மேற்கோளிடப் படுவது.

'நீளிரும் பொய்கை இரைவேட்டு எழுந்த
வாளை வெண்போத்து உணீஇய, நாரைதன்
அடிஅறி வுறுதல் அஞ்சிப், பைப்பயக்
கடிஇலம் புகூஉம் கள்வன் போல...'

வாளை மீனை அணுகும்போது தன் காலடி ஓசை கேட்டு மீன்கள் ஓடி விடும் என்று திருடப் போகும் கள்வனைப்போல மெல்ல அடியெடுத்து வைக்கும் நாரையைப் பற்றிச் சொல்லும் அக நானூற்றுக் காலத்தில் நாரையும் இருந்திருக்கிறது. திருட்டும் இருந்திருக்கிறது.

பெங்களூரில் தண்ணீர் கஷ்டம் வந்திருக்கிறது. சகட்டு மேனிக்குப் புதிய வீடுகளும் தொழில்களும் வந்த வேளையில் மழை பெய்யாமல் குளங்கள் நிரம்பாமல் மல்லேஸ்வரமே ப்ளாஸ்டிக் பக்கெட் வைத்துக் கொண்டு அதிகாலை வேளை களில் அலைந்து கொண்டிருக்கிறது. சென்னை தண்ணீர் கஷ்டம் என்பதற்கு மறுபெயராகி விட்டது. எதிர்காலத்தில் இப்படியே சனத்தொகை அதிகமாகிக் கொண்டு போனால் எப்படி சமாளிக்கப் போகிறார்கள்? கிருஷ்ணா நதித் திட்டம் அடுத்த நூற்றாண்டில்கூட மகாநாடு வைத்துத்தான் பேசிக் கொண்டி ருக்கப் போகிறார்கள். காவேரியும் அப்படியே. எதிர்காலத்தில் தண்ணீர் கஷ்டத்தைப் போக்க அஸிமாவ் ஒரு புரட்சிகரமான ஐடியா சொல்லியிருக்கிறார். ஐஸ்!

உலகில் ஐஸ் கட்டிகளில் எட்டு சதவிகிதம் க்ரீன்லாண்டில் இருக் கிறது. ஏறக்குறைய தமிழ்நாட்டின் பரப்பளவுக்கு ஐஸ்கட்டி பாளமாகப் பரவியிருக்கிறது. அங்கிருந்து கனடா, ந்யுஃபவுண்ட் லாண்டு பிரதேசத்தில் ஐஸ் பர்க் என்று சொல்லக்கூடிய பெரிய பெரிய கட்டிகளாக அனைத்தும் நல்ல குடிதண்ணீர். விரயமாகக் கரைந்து கடலில் கலக்கிறது. அமெரிக்கா போன்ற பிரதேசங் களில் தண்ணீர் கஷ்டம் அதிகம் இல்லை. கிழக்காசிய நாடுகள், கல்ஃப் நாடுகளுக்குத்தான் தேவை. அதே போல் அண்டார்டிகா விலும் அதை விடப் பெரிசாக ஐஸ் பாளங்கள் உள்ளன. நாடே ஐஸ்தானே! சில பெங்குவின் பறவைகள், ஐஸ்! இவற்றில் மிகச் சிறிய ஐஸ் கட்டிகளை எடுத்து உருக்கினாலே ஏழு லட்சம் பேர்

குளிக்கலாம், குடிக்கலாம், பயிரிடலாம். என்ன சில ஆயிரம் மைல்கள் ஐஸை மெட்ராஸ் வரை இழுத்து வர வேண்டும். அவ்வளவுதானே! வரும்போது அதைக் கப்பல் ஷேப்புக்கு வெட்டி சைடுகளில் கெமிக்கல் தடவி உருகாமல் பார்த்திருந்து திருவல்லிக்கேணி வந்ததும் அவற்றைப் பாளம் போட்டு வெட்டி கட்டியாக விற்று விடலாம்.

சென்ற நூற்றாண்டில் வெள்ளைக்காரர்கள் பார்ட்டி கோலாகலத் துக்கு இங்கிலாந்தில் இருந்து கப்பலில் ஐஸ் கொண்டு வந்து ஐஸ் ஹவுஸில் வைத்தனர். அடுத்த நூற்றாண்டில் அண்டார்டிகாவி லிருந்து!

கிருஷ்ணா-காவிரி நதி பிரச்சினை தீருவதற்குள் இது சாத்தியமாகி விடும் என்று தோன்றுகிறது. ஒரு புதிய கம்பெனி ஆரம்பிக்கலாம் என்று இருக்கிறேன். யாராவது பணம் போடத் தயாரா?

9

அறிவு

அறிவு என்பது என்ன? ஆங்கிலத்தில் இருக்கும் Knowledge வார்த்தைக்கு ஈடாகச் சொல்வதா? அல்லது Intelligence என்கிறார்களே அதுவா? முதல் வகையை அறுதியிடுவது சுலபம். உழவனுக்கு நாற்று நடுவது தெரியும். தொழிலாளிக்கு பட்டறை வேலை தெரியும். டாக்டருக்கு குணப்படுத்துவது தெரியும். இவர்களுக்கெல்லாம் அந்தத் துறையில் அறிவு உள்ளது என்று சொல்லலாம். ஒரு பாடகனை நாற்று நடச் சொன்னால் முடியாது. அந்த வரம்பில் அவன் அறிவற்றவன். கணித மேதையால் துணி தைக்க முடியாது. இவையெல்லாம் தனிப்பட்ட அறிவுலகங்கள். துணி தைப்பதும் நாற்று நடுவதும் திறமைகள். பாடுவது ஒரு திறமை. சர்க்கஸில் கம்பு மேல் நடப்பது ஒரு திறமை. எனவே திறமைக்கும், அறிவுக்கும் நமக்கு வேறுபாடு தெரிகிறது. ஆனால், Intelligence என்பதற்கு ஈடாகப் புத்திசாலித்தனம், புத்திக்கூர்மை பொதுவாகப் புத்தி என்று சொல் கிறோமே, அது என்ன என்பதை விளக்குவது கொஞ்சம் கஷ்டம்.

நம் எல்லாருக்கும் புத்திசாலித்தனம் என்றால் என்ன என்பது உள்ளுணர்வில் தெரியும். ஆனால், அதை வார்த்தைகளில் வெளிப்படுத்திப் பாருங்கள். அதி லுள்ள கஷ்டம் தெரியும். ஆங்கில வார்த்தையான இன்டெலிஜென்ஸ் என்பது 'லெஜர்' என்கிற லத்தீன்

வார்த்தையிலிருந்து வந்தது. அதன் அர்த்தம் சேகரிப்பது. குறிப்பாக பழங்களை. எனவே புத்திசாலித்தனம் பல விஷயங்களைச் சேகரிப்பது என்று சொல்லலாம். புத்தி போதம் என்கிற சமஸ்க்ருத வார்த்தை ஞானம், அறிவு, உணர்தல் என்ற அர்த்தத்தில் பயன் படுகிறது. பல திறமைகள் பல செய்திகளைச் சேகரிப்பதிலிருந்து அவற்றைப் பாகுபடுத்தித் தேர்ந்தெடுத்து உணர்ந்து அறிந்து கொள்வது எல்லாமே அதில் அடக்கம்.

இவை அனைத்தையும் ஒரு மனிதனால் செய்ய முடிகிறது. அனைத் தையும் செய்வதனால் தான் மனிதன் அறிவுள்ளவனாகிறான். பகுத்தறிவு என்கிற பதம் கவனிக்க வேண்டியது. பகுத்து, அதாவது பிரித்துப் பார்த்து தேர்ந்தெடுத்து அறிவது. இது பிறப்பான மனித குணம். இப்படித் தேர்ந்தெடுக்கவில்லையெனில் நம் ஜீவனம் மிகவும் கடினமாகி விடும். தினம் தினம் எத்தனை பெயர்கள், எத்தனை செய்தித் துணுக்குள் படிக்கிறோம்? அனைத்தையும் நாம் நினைவுக்கு அனுப்புகிறோமா? இல்லை. நமக்குத் தேவையான வற்றை மட்டும் தேர்ந்தெடுக்கிறோம். இந்தத் தேர்ந்தெடுக்கும் வேலையில் நம் உயிர் வாழ்தலுக்குத் தேவையான விஷயங்கள் அடக்கம். உதாரணம் நம் பெயர், மனைவி, குழந்தைகளின் பெயர், வீட்டுக்குப் போகும் வழி. புதிய இடத்துக்குப் போனால் திரும்பி வருவதற்கான அடையாளங்கள் அனைத்தையும் நாம் ஞாபகம் வைத்துக் கொண்டதை அனுபவமாகப் பிற்காலத்துக்குப் பயன் படுவதை நாம் அறிவு என்கிறோம். Worldliness. இந்த அறிவு உயிர் வாழ்தலுடன் சம்பந்தப்பட்டதால் மிருகங்களுக்கும் ஓரளவு இருக்கிறது என்று சொல்லலாம்.

இதற்கு அடுத்தபடியாக மற்றோர் அறிவு உள்ளது. 'பத்து பேர் இரண்டு வீட்டைப் பத்து நாளில் கட்டினால் நாற்பது பேர் ஐந்து வீட்டைக் கட்ட எத்தனை நாள்களாகும்?' போன்ற கேள்வி களுக்கு விடை கண்டுபிடிக்க ஞாபகம் மட்டும் போதாது. முதலில் அது தேவைதான். போன தடவை இதே மாதிரி கணக்கு ஒன்று போட்டோமே, எப்படிப் போட்டோம் என்ற அந்தப் பொது முறையை உணர்ந்து அதில் பத்து, இரண்டு, அறுபது போன்ற எண்ணிக்கைகளைப் பொருத்தி விடை காண்பது. அல்லது இம்மாதிரி கணக்கு இதுவரை வாழ்க்கையில் போட வில்லை. என்றாலும் எப்படிப் போடலாம் என்ற லாஜிக் தர்க்கப்படி யூகிப்பது. இதற்கு நம் உலகில் பரவலாக உள்ள அனுபவ அறிவு பயன்படுகிறது. அதிக ஆள்களைப் போட்டால் அதிகம் வீடு கட்டலாம். இரண்டு வீட்டைக் கட்டுவதைவிட

ஐந்து வீடு கட்ட அதிக நாள்களாகும் என்று நடைமுறை அறிவை வைத்து இதில் உள்ள விகிதங்களை மனதில் யோசித்து காகிதம், பென்சில், மனக் கணக்கு, வாய்ப்பாடு என்று தேவைக்கு ஏற்ப அனைத்தையும் பயன்படுத்தி விடை கண்டுபிடிக்கும் அறிவு. இது நம்மிடம் இருக்கிறது.

இயற்பியல், வேதியியல், கணிப்பொறியியல் போன்றவற்றில் புதுசு புதுசாகக் கண்டுபிடிக்கிறார்களே, அது இதற்கும் மேற் பட்ட அறிவு. கட்டுரை எழுதுகிறார்களே அது? கவிதை எழுது கிறார்களே அது? அல்லது சித்திரம் வரைவது, நடிப்பது, சதுரங் கம் ஆடுவது. இந்தத் திறமைகளைப் பெற பொதுவாக உள்ள செய்முறையைத்தான் புத்தி என்கிறோம். புத்திசாலித்தனம் என்கிறோம். இந்த அறிவினால்தான் மனிதன் விஞ்ஞானத்திலும், வேதாந்தத்திலும், சங்கீதத்திலும் முன்னேறினான். கட்டடங்கள் கட்டினான். பறந்தான். சிறந்தான்.

அறிவினால்தான் மனிதன் இயந்திரம், மோட்டார், கார், டெலிபோன், ரேடியோ, கம்ப்யூட்டர், டெலிவிஷன் எல்லாம் அமைத்தான். இன்று தன் அறிவை முதன்முறையாக மற்றோர் இயந்திரத்துக்குப் புகட்டும் கட்டத்துக்கு வந்திருக்கிறோம். ஆர்ட்டிஃபிஷியல் இன்டெலிஜென்ஸ் செயற்கை அறிவு என்னும் பதச் சேர்க்கை 1950இல் உருவாகி இன்றைய தினங்களில் பரவலாகப் பயன்படுத்தப்படுகிறது. வரும் நாள்களில் நம் சிந்தனைகளெல்லாம் இயந்திரத்துக்குக் கொடுத்து விடப் போகிறோம். கொடுத்து விட்டால் நாம் என்ன செய்வது? எப்படி 'டைம் பாஸ்' பண்ணுவது? பொழுது போக்குவது?

பொழுது என்பதே என்ன? நாம் நூறு வருஷங்கள்தான் வாழ வேண்டுமா? அதை யார் விதித்தது? நம் குறைபட்ட உடலின் செல்கள் தம்மைத் தாமே அழித்துக் கொள்கின்றன. சில சமயம் தவறான செய்திகளால் தற்கொலை செய்து கொள்கின்றன. 'கான்ஸர்' போன்றதெல்லாம் இப்படிப்பட்ட உபாதைதான். பரிணாமத்தின் இறுதியில் இருக்கும் மனித யந்திரம் குறைபட்டது. அதை ரிப்பேர் செய்து கொள்ளலாமா என்று யோசிக்கிறார்கள். நம் வாழ்நாள்களை, நம் மனத்தை, உடல் அமைப்பை, அழகை, கோபங்களை நாமேதான் டிஸைன் செய்து கொள்ள வேண்டும் என்று செயற்கை அறிவியல் சிந்தனையாளர்கள் யோசித்துக் கொண்டிருக்கிறார்கள். அதற்கு உரிமை இருக்கிறதா?

10

எல்லோருக்கும் பிடித்த விஷயம்

செக்ஸ் என்பது அவசியம் தானா? உலகத்தில் உள்ள அனைத்து உயிரினங்களும் ஆண் பெண் இனச் சேர்க்கை மூலம்தான் பிறக்கின்றன என்று நீங்கள் எண்ணிக்கொண்டிருந்தால் தவறு. பெரும்பாலான உயிரினங்களுக்கு செக்ஸ் என்பதே இல்லை. ஆண் பெண் இனக்கவர்ச்சி, காதல் கவிதைகள், பெருமூச்சுகள் இவற்றின் தேவை எதுவும் இன்றி இன நீடிப்பு பல உயிரினங்களில் சாத்தியம். மனித ஜாதியில்தான் ஆண், பெண் என்று போட்டுக் குழப்பியிருக்கிறார்கள். ஆண், பெண் வித்தியாசம் இல்லாத தாவர, விலங்கினங்கள் பலப் பல உள்ளன. இவ்வகைகளில் பெற்றுக் கொள்வது எளிதான தும்கூட. என்ன... பிறப்பதெல்லாம் பெண்ணாகப் பிறக்கும்; பரவாயில்லையே. ஆண் பிள்ளை பெறத்தான் அதிகப்படியான மற்றொரு க்ரோமோ ஸோம் தேவை. அத்தனை ஆர்ப்பாட்டங்களும் தேவை.

மகன்கள் பிறப்பது பரிணாம ரீதியில் வெறும் வேஸ்ட். ஏனெனில், ஆண்களால் கர்ப்பம் தரிக்க முடியாது. பாதி ஜனத் தொகை வெற்று. டரண்டி லியான் என்று ஒரு தாவரத்தைப் பற்றி உங்களில் பாட்டனி படிப்பவர்கள் கேள்விப்பட்டிருப்பீர்கள். உலகெங்கும் பரவியுள்ள தாவரம். இதற்கு ஆண், பெண் கிடையாது. மகரந்தச் சேர்க்கை, வண்டு

வந்து குடைந்து காயாகி, கனியாகி இந்த பிஸினஸ் எல்லாம் கிடையாது. அது மஞ்சள் பூ வைத்திருக்கிறது. சும்மா பாவ்லா வுக்காக. நேராக, காற்றில் ஏராளமாக விதைகளைப் பரப்புகிறது. அந்த விதைகள் பூமியில் விழுந்த டரண்டிலியான் செடிக ளாகின்றன. சிம்பிள்! வண்டு வருமா என்ற காத்திருக்க வேண்டாம்.

பல பூச்சி வகைகளும் மீன்களும் இப்படியே. அமேசான் மாலி என்னும் மீன்களில் ஆண்களே கிடையாது. எல்லாமே பொம்ம னாட்டிதான். வேளை வந்ததும் முட்டை போட்டு மேலும் பெண் மீன்களைப் பிறப்பிக்கின்றன. சலமாண்டர் வகை மீன்களும் சில அப்படித்தான். அமெரிக்காவில் பாலைவனப் பிரதேசங்களில் உள்ள சில பல்லி வகைகளில் ஆண் வர்க்கமே இல்லை.

செக்ஸ் என்பது விஞ்ஞானப்படி பார்த்தால் தொந்தரவே. ஆண் களும் பெண்களும் என்னதான் ஒரே ஜாதி என்றாலும் ஆண் வர்க்கம் ஆதிக்கம் செலுத்துவது இந்த ஆதார அமைப்பிலேயே உள்ளது. ஆண்கள் (இதை பொதுவாக எல்லா உயிரினங்களுக்கும் சொல்கிறேன்) பல பெண்களுடன் சேர்க்கை கொண்டு தங்கள் வர்க்கத்தை விருத்தி செய்ய முயற்சி செய்கிறார்கள். பெண் வர்க்கம் ஒரு ஆணை, அன்பு, பாசம், ஏகபத்தினி விரதம் போன்ற மாயைகளால் கட்டுப்படுத்தி, தம் வர்க்கத்தை நீட்டிக்க முயலுகிறார்கள். அவர்களுக்குப் பிறக்கும் குழந்தைகள் தம் பெற் றோரிடம் மேலும் கவனத்தை ஈர்த்து சுயநலத்துடன் தமக்குப் போட்டியில்லாமல் பாதுகாத்துக் கொள்ள முயலுகின்றன. பயாலஜிப்படி ஆதார உண்மை நிலை இதுதான். அதனால் ஆண், பெண் என்கிற பாகுபாடு இன நீடிப்புக்கு எதிரானதாகவே இருக்கிறது. மேலும் போட்டி, பொறாமை, உலகத்தில் சண்டை களுக்கெல்லாம் ஆதார காரணம் செக்ஸாக இருக்கும்.

செக்ஸ் தேவைதானா?

சரியான பதில் கண்டுபிடிக்க முயற்சி செய்து கொண்டிருக் கிறார்கள். செக்ஸ் இருப்பதால் உயிரினத்துக்கு ரிஸ்க்தான் அதிகம். ஏன் எதற்காக அந்த ஆண், பெண் வித்தியாசம்? பாலி மீன்கள் போலவே அவ்வப்போது நம் பெண்கள் சாந்தி கல் யாணம், மசக்கை, அல்ட்ராஸ்கான், இடுப்பு வலி போன்றவை இல்லாமல் நேராகப் பெண்கள் பெற்றுக்கொள்ளுமாறு ஏற்பாடு செய்து விட்டால் என்ன போச்சு? எத்தனை கவிதைகள். எத்தனை பொறாமைகள் மிச்சம்! நம் உயிர் இனத்தின் முக்கியமான

காரணம் இன நீடிப்பு என்றால் பாதிப் பேரை ஆண்களாக அமைப்பதில் என்ன பயன்? அவர்கள் என்னவோ பிள்ளை பெறப் போவதில்லை.

முக்கியமான காரணம் மாறுதல். வேறு ஜீன்களைக் கொஞ்சம் கலக்கிப் பார்த்து புதிய - புதிய சாத்தியங்களை அமைப்பது நம் பரிணாமத்துக்கு ஒரு முக்கியமான தேவை. செக்ஸிலோ இன நீடிப்பு அதிகப்படியான பிரஜைகளை உற்பத்தி செய்யலாம். ஆனால், ஆண், பெண் சேர்க்கை மூலம் பிறப்பது வித்தியாசங் களுக்கு சாத்தியம் இருப்பதால் சூழ்நிலையில் மாற்றங்கள், புதிய புதிய இடர்ப்பாடுகளைத் தவிர்க்க, கொஞ்சம் புதிய மாடலைத் தயாரிக்க ஏதுவாகிறது. ஆக்ஸ்ஃபோர்ட் பல்கலைக்கழகத்தைச் சார்ந்த வில்லியம் ஹாமில்டன் என்பவர் நம் செக்ஸ் காதலுக் கெல்லாம் காரணம் உயிர் வாழும் தேவைதான் என்கிறார். அபாயங்களைத் தவிர்க்கத்தான் என்கிறார். ஆடு மாடுகளும், பூச்சியினங்களும் சாப்பிட்டு விடக் கூடிய மழைக் காட்டு மரங்கள் அனைத்துக்கும் செக்ஸ், ஆண் பெண் வித்தியாசம் இருக்கிறது. காரணம் வேறு வேறு சேர்க்கைகளை முயன்று பார்த்து இனமே அழிந்து போகக் கூடிய அபாயத்தில் இருந்து தம்மைக் காப்பாற்றிக் கொள்ள. ஆனால், இந்த அபாயம் அதிகம் இல்லாத ஜப்பானியக் காட்டுப் பகுதியில் இருக்கும் மரங்களுக்கு செக்ஸ் வித்தியாசம் இல்லை. எல்லாமே பெண் மரங்கள். புது விதப் பிரஜைகளைப் பிறப்பிக்க செக்ஸ் கலவை முறை தேவைப் படுகிறது.

அதனால்தான் நம்மை விட மிகவும் வித்தியாசமானவர்களின்பால் நாம் இயற்கையாகக் கவரப்படுகிறோம். காதலும் நாணமும் கடிதப் போக்குவரத்தும் தொடுகைகளும் எல்லாமே இரண்டு மாறுபட்ட ஜீவன்களை அருகருகே கொண்டு வந்து அவற்றின் சேர்க்கையால் உயிர் பிழைக்க, இனம் தழைக்க அதிகப்படியான சாத்தியம் உள்ள ஒரு புதிய பிரஜையை உண்டாக்க ஏற்பட்ட மசாலா சமாச்சாரங்கள் என்று சொல்லுகிறார்கள்.

செக்ஸ் தேவைதான்.

11

சிறியது கேட்கின்

முன்பு சொன்ன இந்த நூற்றாண்டின் மிக முக்கியமான நான்கு அறிவியல் கண்டுபிடிப்புகளில் ஒன்றைப் பற்றி இப்போது விரிவாகச் சொல்கிறேன். ஔவையார் 'பெரியது கேட்கின், சிறியது கேட்கின்' என்று பாடியுள்ளார். இந்தச் சிறியதை விளக்கமாகச் சொல்வது மிக மிகக் கஷ்டக் காரியம். இருந்தும் முயற்சி செய்து பார்க்கிறேன். இந்தக் கட்டுரை உங்களுக்கு முழுவதும் புரிய வேண்டும் என்று கட்டாயமில்லை. துகள் உலகின் விந்தையில் கொஞ்சம் பங்கு கொள்ள முடிந்தால் சரி.

உலகத்தில், ஏன் பிரபஞ்சத்தில் மிகச் சிறியது எது அணுவா? இல்லை அதற்கும் சிறியதான ப்ரோட்டான், நியூட்ரான் என்று பெயர் பெற்ற அணுத் துகள்களா? இல்லை. அதற்கும் நுட்பமாக உள்ளே சென்று விட்டார்கள். மேட்டர் (Matter) என்று சொல்லப்படும் பிரபஞ்சத்தின் திடப் பொருள்கள் அனைத்தும் மூன்று ஆதார அடிப்படைத் துகள்களால் ஆனவை. நட்சத்திரங்கள், கிரகங்கள், மாலிக்யுல்கள், அணுக்கள், நீங்கள், நான் எல்லாமே மூன்றுக்குள் அடக்கம். அவற்றால் ஆனவைதான் பஞ்சபூதங்களும் பரமாணுக்களும், பிரபஞ்சங்களும் காலக்ஸிகளும்.

அந்த மூன்றின் பெயர் என்ன? எலக்ட்ரான், 'மேல்' க்வார்க் (Quark), 'கீழ்' க்வார்க், இந்த மூன்றுடன்

ந்யூட்ரினோ (Neutrino) என்கிற கனமில்லாத துகள் சேர்ந்து பிரபஞ்சத்தின் ஆதாரக் குடும்பம். எலக்ட்ரான் என்பது உங்களுக்குத் தெரிந்திருக்கலாம். ஆனால், இந்த க்வார்க்? ஏதோ வாத்து கத்துவது போல இது என்ன பெயர்?

க்வார்க் என்ற வார்த்தை ஜேம்ஸ் ஜாய்ஸின் (James Joyce) நாவல் ஒன்றில் வரும் அர்த்தமில்லா வார்த்தை. அணுவின் உள்ளுக்குள் வியாபித்திருக்கும் துகள்களுக்கு இந்தப் பெயர் வைத்தது எந்தக் காரணத்துக்குமில்லை. சும்மா பெயர் வைக்க வேண்டுமே என்று க்வார்க்கைத் தேர்ந்தெடுத்தார்கள். அதேபோல் 'மேல்', 'கீழ்' எல்லாம் வகை பிரிக்கவே.

ஆரம்ப காலங்களில் இருபதுகளிலும், முப்பதுகளிலும் திடப் பொருள் அனைத்திலும் வியாபித்திருப்பது ப்ரோட்டான் (Proton), நியூட்ரான் (Neutron), எலக்ட்ரான் (Electron) என்று நினைத்தார்கள். இன்னும் கொஞ்சம் நுட்பமாகப் பார்த்தபோது... எலக்ட்ரான் தவிர மற்ற துகள்கள், கூட்டுத்துகள்கள், இன்னும் சில ஆதாரமான துகள்களின் சேர்க்கை என்று கண்டுபிடித்தார்கள்.

சென்ற ஐம்பது வருஷங்களாக இந்த 'ஆதாரத் துகள்'களைப் பற்றிய நம் அறிவு படிப்படியாக எளிமைப்பட்டு வந்திருக்கிறது. நாம் முன்பு சொன்ன க்வார்க் எலக்ட்ரான் துகள்களிலேயே மூன்று குடும்பங்கள் உண்டு. இவற்றுக்குள் ஆதாரமான குணத்தில் வித்தியாசமே இல்லை. சற்று எடை வித்தியாசம். அவ்வளவுதான். மற்றொரு கணத்தில் எல்லாத் துகள்களையும் அவற்றுக்கு இடையேயுள்ள ஆகர்ஷண சக்திகளையும் ஃபெர்மியான் (Fermion), கேஜ் போஸான் (Gauge Boson) என்று இரண்டு தினுசாக எளிமைப்படுத்த முடியும். போஸான் என்பது போஸ் என்கிற ஓர் இந்திய விஞ்ஞானியின் பெயருக்கு மரியாதை செலுத்த ஏற்பட்ட பெயர். அதே போல் ஃபெர்மியான், ஃபெர்மி என்ற இத்தாலிய விஞ்ஞானியின் ஞாபகத்துக்காக.

ஃபெர்மியான் என்பவை துகள்கள். போஸான் என்பவை துகள்களுக்கு இடையே விளையும் சக்திகளைக் கட்டுப்படுத்துவது. இந்த இரண்டையும் கலந்து கட்டி மற்ற துகள்கள் உருவாகின்றன. செங்கல், சிமெண்ட் போல இவை. செங்கல் வடிவமைக்க, சிமெண்ட் ஒட்டவைக்க.

இந்தத் துகள்களுக்கு இடையே உள்ள பந்தங்களை ஃபெர்மியான், போஸான் துகளைக் கொண்டு பிரபஞ்சத்தின்

எல்லாச் சக்திகளையும், அமைப்பையும் விளக்கிட முடிகிறது. எனவே மொத்தம் எலக்ட்ரான், ம்யுலான், தாவ் என்று மூன்று குடும்பங்கள். இரண்டு வகைகள் க்வார்க், லெப்டான்.

இதில் பிரபஞ்சம் அனைத்தும் அடங்கி விட்டதாகத் தோன்று கிறது. இருந்தாலும் பல கேள்விகள் இன்னும் விடையில்லாமல் காத்திருக்கின்றன. ஏன் மூன்று குடும்பங்கள் மட்டும்? இந்தக் குடும்பத் துகள்களின் எடை வித்தியாசம் தசம் பத்து மடங்கில் இருப்பதன் காரணம் என்ன? இதற்கெல்லாம் பதில் கிடைத்தால் பிரபஞ்சத்தின் நிஜம் வெளிப்பட்டு விடும் என நம்புகிறார்கள். அந்த நிஜம் பிரபஞ்சமே ஒரு சக்தி, ஒரே ஒரு துகளால் ஆனதாக இருக்கலாம் என்று பலர் நினைக்கிறார்கள். சிருஷ்டி ஆதாரத்தில் மிக மிக எளியதாக இருக்க வேண்டும் என்று விரும்புகிறார்கள். அந்த வெளிச்சத்தில் கடவுள் இருக்கிறாரா, இல்லையா என்பது தெரிந்து விடும்.

12

பெரியவை கேட்கின்

சென்ற கட்டுரையில் மிகச் சிறிய விஷயங்களான க்வார்க், எலக்ட்ரான் போன்றவை பற்றிப் பேசினோம். இவை பிரபஞ்சத்தின் நுட்பத்திலும் நுட்பமான பொருள்கள். இவ்வாறான துகள்களால் ஆன பிரபஞ்சம் எத்தனை பெரியது என்பதை எண்ணிப் பார்க்க வேண்டும்.

பள்ளிப் பருவத்தில் சீரங்கத்தில் எங்களுக்கு மிக அதிக தூரம் என்பது திருச்சி புத்தூர் மைதானம். அங்கோ ஜில்லா மட்டத்தில் கிரிக்கெட் ஆட எங்கள் பள்ளி டீம் வருஷம் ஒருமுறை செல்லும் போது நாங்கள் வேகு வேகு என்று நடந்து போய் உற்சாகப்படுத்துவோம். சுமார் பன்னிரண்டு கிலோ மீட்டர் தூரம் என்பது அப்போது பெரிசாக இருந்தது. ஒரு கார் கிடைத்து, இப்போது நான் இருக்கும் பங்களூரில் தினம் தினம் அந்தத் தூரத்தைக் கடந்து அலுவலகம் செல்கிறேன். டூர் போக வேண்டுமென்றால் ஆயிரக்கணக்கான மைல்கள் டில்லிக்கோ, வாஷிங்டனுக்கோ போகிறோம். எப்போதாவது மனிதன் விண்வெளிப் பிரயாணம் செய்து தூரத்தில் உள்ள சந்திரனை அடைகிறோம். அதெல்லாம், இப்போது அதிக தூரம் என்கிற கணக்கில் சேருகிறது.

வான இயல் அஸ்ட்ரானமிகாரர்களுக்குத் தூரம் என்பதன் பரிமாணமே வேறு. இதெல்லாம் பூச்சி.

நாம் இரவில் வானில் காணும் நட்சத்திரங்களில் பெரும் பாலானவை 'மில்க்கி வே' - பால் வீதி அல்லது ஆகாச கங்கை என்னும் நடசத்திரக் குடும்பத்தைச் சேர்ந்தவை. இது தட்டையான முட்டை வடிவத்தில் பிரபஞ்சத்தின் ஒரு ஓரத்தில் இருக்கிறது. இதில் சூரியன் ஒரு நட்சத்திரம். இதற்கு மிக அருகிலே உள்ள நட்சத்திரமே சுமார் நான்கு ஒளி வருஷ தூரத்தில் இருக்கிறது. ஒளி வருஷம் என்பது, ஒளி ஒரு வருஷத்தில் கடக்கக் கூடிய தூரம்.

ஒளி ஒரு செகண்டுக்கு முப்பது கோடி மீட்டர் பிரயாணம் செய் கிறது. ஒரு வருஷத்தில் எவ்வளவு? பார்த்துக் கொள்ளுங்கள். அது ஒளி வருஷம். இவ்வாறு நம் பால் வீதி குடும்பத்தின் அகலம் சுமார் ஒரு லட்சம் ஒளி வருஷம். இது பால் வீதி என்னும் ஒரே ஒரு காலக்ஸியின் குறுக்களவு. இந்தக் குடும்பத்தில் உள்ள மொத்த நட்சத்திரங்களின் எண்ணிக்கை பத்தாயிரம் கோடி. இது ஒரு காலக்ஸி. நமக்கு மிக அருகில் உள்ள அடுத்த காலக்ஸிக்குப் பெயர் ஆண்ட்ரமீடா. அதுதான் வானத்தில் பூசினாற்போலத் தெரியக் கூடிய காலக்ஸி. இதற்கு மேல் நம்மால் பார்க்க முடியாது. இந்த ஆண்ட்ரமீடா நட்சத்திரக் குடும்பத்தின் தூரம் சுமார் இருநூற்றிருபது லட்சம் ஒளி வருஷம். இது நம் பக்கத்து வீட்டுக் குடும்பம். பிரபஞ்சம் என்பது இம்மாதிரி எத்தனையோ கோடிக்கணக்கான காலக்ஸிகள் என்று சொல்கிறார்கள்.

இன்று உலகத்தின் மிகப் பெரிய டெலஸ்கோப்பின் மூலம் நம் பிரபஞ்சத்தின் விளிம்பிலிருந்து வரும் ஒளிக் கற்றைகளைப் பார்க்க முடிகிறது. அதிலிருந்து பிரபஞ்சத்தின் அளவு என்ன என்று கண்டிருக்கிறார்கள். ஒரு பில்லியன் என்பது நூறு கோடி. பிரபஞ்சத்தின் விளிம்பு பன்னிரண்டரை பில்லியன் ஒளி வருஷ தூரத்தில் இருக்கிறது. புத்தூர் மைதானத்தை விடச் சற்று தூரம்தான்.

இதெல்லாம் எப்படிக் கண்டுபிடித்தார்கள்? எப்படி அவர்களால் அத்தனை பிரம்மாண்டமான தூரத்தை அளவிட முடிகிறது என்று நீங்கள் வியக்கலாம். சொல்கிறேன். கஜக்கோல் ஏதாவது வைத்துக் கொண்டிருக்கிறார்களா? இல்லை. நம்மிடமிருந்து இத்தனை தூரத்தில் இருக்கும் நட்சத்திரங்களையும் நட்சத்திரக் குவியல்களையும் நம்மால் பார்க்க முடிகிறது. வெறும் கண்ணால் அல்ல. மிகச் சக்தியுள்ள தொலைநோக்கும் டெலஸ் கோப்புகளால் ஒளியை ஒரு முப்பட்டை 'ப்ரிஸம்' என்பதனுள்

செலுத்தினால் அது வானவில் வர்ணங்களாகப் பிரிவதை நீங்கள் பள்ளிப் பாடத்திலேயே படித்திருக்கிறீர்கள்.

அந்த நிற மாலையில் ஒவ்வொரு நிறத்துக்கும் வழக்கமான ஓரிடம் உண்டு. சிவப்பு என்பது இன்ன இடத்தில், ஊதா என்பது இன்ன இடத்தில் என்று வரிசையும் ஸ்தலமும் பிசகாத நிற மாலை இது. ஆனால், இந்த வகையில் தூரத்து நட்சத்திரங் களிலிருந்து வெளிப்படும் ஒளியை நிறமாலை பிரித்து அலசிப் பார்த்ததில் நிறங்கள் அப்படியே இருந்தாலும் கொஞ்சம் இடம் தள்ளி இருப்பதைக் கவனித்தார்கள். சிவப்பு சாதாரணமாக இருக்க வேண்டிய இடத்தில் இல்லாமல் சற்றுத் தள்ளியிருந்தது. இந்த இடப் பெயர்ச்சியின் அளவு தூரத்தில் இருக்கும் காலக்ஸிகளுக்கு அதிகமாக இருந்தது. இதை 'ரெட் ஷிப்ட்' (Red Shift) என்பர். செம்மாற்றம் என்று சொல்லாமல் இந்த செம் பெயர்ச்சியின் அளவுக்கும் அந்த நட்சத்திரம் நம்மை விட்டு விலகும் வேகத்துக்கும் சம்பந்தம் உண்டு. அதை டாப்ளர் விளைவு என்பர்.

எட்வின் ஹபிள் என்கிற அமெரிக்க வானியல் விஞ்ஞானி ஒரு விதிமுறையைக் கண்டுபிடித்து நோபல் பரிசு வாங்கினார். அந்த எளிய விதி இது. நம்மிடமிருந்து நட்சத்திரங்கள் காலக்ஸிகளின் தூரம் அதிகமாக ஆக, அவற்றின் சிவப்பு இடமாற்றம் அதிகமாகும் என்பதே. அதன் மூலம் தூரத்து நட்சத்திரங்களின் இட மாற்றத்தை அளந்து அவற்றின் தூரத்தைக் கணிக்க முடிந்தது. மனத்தால் நினைத்துப் பார்க்க முடியாத இத்தனை பிரம்மாண்ட தூரங்கள் வியாபித்திருக்கும் பிரபஞ்சத்தில் சூரியனும் பூமியும் நம் தேசமும், நம் வீடும், நாமும் எத்தனை துச்சம் என்பதை அறியலாம். நம் வாழ்நாள், ஏன் - நம் சூரியனின் வாழ்நாள் என்பதே அந்தப் பிரபஞ்ச இயலில் ஒரு கணத்துக்குச் சமானமானது.

அடுத்த முறை பஸ் கண்டக்டருடன் சில்லறைக்காகச் சண்டை போடும்போது இதை நினைத்துப் பாருங்கள்.

13

உயிர் எப்படித் தோன்றியது?

இந்த நூற்றாண்டின் மகத்தான அறிவியல் சாதனைகளாக இரண்டு விஷயங்களைப் பார்த்தோம். பெரிதினும் பெரிது, சிறிதினும் சிறிதான பிரபஞ்சங்களைப் பார்த்தோம். இந்தப் பிரபஞ்சம் எப்படித் தோன்றியது என்று விஸ்தரிப்பதற்கு முன், உயிர் என்பது எப்படித் தோன்றியது என்று அறிவியலாளர்கள் சொல்வதைப் பார்க்கலாம்.

பைபிளும் புருஷ ஸூக்தமும் சொல்வதையெல்லாம் அவர்கள் நம்புவதில்லை. பூமியில் உயிர் ஜந்துக்கள் வருவதற்கு முன் எவ்வகையான ரசாயன வஸ்துக்கள் இருந்தன என்பது பற்றி சரியான தெளிவில்லை. நீர், கார்பன்-டை-ஆக்ஸைடு, மீத்தேன் வாயு, அமோனியா இந்திருக்கலாம் என்று யூகம். இவையெல்லாம் நம் சூரியக் குடும்பத்தைச் சார்ந்த கிரகங்களில் விரவிக் கிடக்கின்றன என்பதில் சந்தேகமில்லை. பூமி குழந்தையாக இருந்தபோது இவ்வகை ரசாயனப் பொருள்களைத்தான் கொண்டிருக்க வேண்டும். இப்பொருள்களை ஒரு ப்ளாஸ்க்கில் போட்டுக் கலக்கி அவற்றின் மேல் அல்ட்ரா வயலட் ஒளிக் கற்றை அல்லது லாபரட்டரி மின்னல் ஆகியவற்றைப் பாய்ச்சிப் பார்த்தார்கள். ஆரம்ப காலத்தில் நம் பூமியில் உயிர்கள் இன்றி மழை, மின்னல், சூரியனில் அல்ட்ரா வயலட் ஒளி இவைதான் இருந்திருக்க வேண்டும்.

இப்படி கலக்கி ஒரு வாரம் கழித்துப் பார்த்தால் சில சுவாரஸ்ய மான விளைவுகள் ஏற்பட்டன. பழுப்பாக, கலங்கலாக ஒரு வஸ்து கிடைத்தது. அதில் ஆரம்பத்தில் இருந்த அணுக்கள் ஒன்று சேர்ந்து கொஞ்சம் கூட்டு அமைப்பாக 'அமினோ ஆஸிட்' என்கிற மாலிக்யுல்களாக மாறுவதைக் கவனித்தார்கள். இந்த அமினோ ஆஸிட்டிலிருந்து புரதங்கள், ப்ரொட்டீன்கள் ஏற்படு கின்றன. ப்ரொட்டின்களிலிருந்துதான், குறிப்பாக இவ்வகைப் பரிசோதனைகளில் அண்மையில் கிடைத்த ப்யுரைன், பைரிமிடைன் போன்ற வஸ்துக்களில் இருந்துதான் டி.என்.ஏ. என்று சொல்லப்படும் உயிரணுக்கள் கிடைக்கின்றன.

ஆதிகாலத்து உலகில் சில எளிய மாலிக்யுல்கள் மட்டுமே இருந் திருக்கலாம். புயல் காற்று, மின்னல், எரிமலை வெடிப்பு ஆகியவற் றால் இந்த மாலிக்யுல்கள் கொஞ்சம் சிக்கலான அமைப்பு பெற்று ஒரு மாதிரி சூப்பாக கலங்கல் குட்டை போல் ஆகியிருக்கின்றன.

இன்னும் உயிர் தோன்றவில்லை.

எப்போதோ ஒரு முறை இந்தச் சிக்கல் வகை மாலிக்யுல்களில் ஒன்று தற்செயலாக ஒரு குணாதிசயம் பெற்றிருக்கிறது. அந்தக் குணம் தன்னைத் தானே இரட்டிக் கொண்டது, ரெப்ளிக்கேட்டர் என்று சொல்வார்கள் இதை.

அது மிகத் தற்செயலாக நிகழ்ந்த காரியம். ஏதோ ஓர் அமைப்பில் இந்த மாலிக்யுல் பிரிந்த போது பிறந்தது. அதே போன்ற தாய் மாலிக்யுலின் பிரதியாக அருகிலுள்ள பொருள்களைச் சேர்த்துக் கொண்டு மற்றொரு மாலிக்யுலை உற்பத்தி செய்து கொள்ளும் தகுதி பெற்றது. அது தற்செயலான நிகழ்ச்சி. மிக மிக லாட்டரித் தனமான நிகழ்ச்சி. அதன் சாத்தியக்கூறு லாட்டரியில் உங்களுக்குப் பத்து லட்சம் ரூபாய் விழுவதைவிட மிக மிகக் குறைவு. ஓர் ஆளுக் குத் தன் வாழ்நாள் முழுவதும் லாட்டரி விழாமலேயே போகலாம். ஆனால், கோடிக்கணக்கான வருஷம் டிக்கெட் வாங்கிக் கொண்டே வந்தால் விழுந்தே தீரும். அதே போல் தான் இந்தத் தற்செயலான நிகழ்ச்சியும். எளிய மாலிக்யுல்கள் கோடிக்கணக்கான வருஷங்கள் சேர்ந்து பிரிந்து வந்திருக்கின்றன. சூரிய வெளிச்சத்திலும் மின்ன லிலும். ஆனால், ஒரு முறை - ஒரே ஒரு முறை பிரிந்த மாலிக்யுல் தாய் மாலிக்யுலைப் போலத் தன்னைப் புதுப்பித்துக் கொள்ளும் தகுதி பெற்று விட்டது. அந்தக் கணத்தில்தான் பூமியில் உயிர் உருவானது. ஜடப் பொருள்கள் உயிர் பெற்றன.

புதுசாக ஒரு சொல் கிளம்பியது. விருத்தி, பிரதி இன நீடிப்பு. இந்தச் சம்பவத்தின் சாத்தியக் கூற்றை நாம் ஒப்புக் கொண்டு விட்டோமெனில் மற்றவையெல்லாவற்றையும் எளிதாக விளக்கி விடலாம். ஆதார மாலிக்யுல்கள் கொஞ்சம் கொஞ்சமாகச் சிக்கலாகி அவை தம்மைப் புதுப்பித்துக் கொள்ளும் சக்தி பெற்று, புதுப்பித்த மாலிக்யுல்கள் பல்லாயிரம் வருஷங்களாக பல்கிப் பெருகி, அந்த நீடிப்பில் படிப்படியாக அமைப்பு மாறி மாறி முதல் பாக்டீரியா நீர்வாழ் எளிய இனங்கள், சூழ்நிலைக் கேற்ப மாற்றங்கள் அதில் பிடித்து இன்றைய மனிதன் வரை விளக்கி விடலாம்.

உயிர்கள் இப்படித்தான் பூமிக்கு வந்தன என்று பெரும்பாலான அறிவியலாளர்கள் நம்புகின்றனர்.

இதில் முக்கியமாக நீங்கள் கவனிக்க வேண்டியது - இதெல்லாம் மூணு மாசத்தில் நிகழவில்லை. பல்லாயிரம் கோடி வருஷங்களுக்குப் பின் தான் முதல் உயிர் மாலிக்யுல் தோன்றியது. அந்த மாலிக்யுலின் அமைப்பின் ஒரு பகுதி இன்னும் நம் சந்ததிகளில் இருப்பதுதான் விந்தையிலும் விந்தை. இந்த விளக்கங்களி ளெல்லாம் கடவுளுக்கு இடம் இல்லாதது நமக்கு ஏமாற்றமாக இருக்கலாம். கடவுள் தத்துவம் இந்த வியாக்கியானத்துடன் பொருந்துவதில்லை.

கடவுள்தான் ஆதாரமான மாலிக்யுலை அந்தத் தற்செயலான நிகழ்ச்சியை ஏற்படுத்துவார் என்று சொன்னால் அதற்குப் பதில் நேராகவே மனிதனைப் படைத்திருக்கலாமே என்று கேள்வி வரும். நேராக மனிதனைப் படைத்ததற்கு ஃபாலிபஸ் அடையாளங்களும் டார்வினும் சரிப்பட்டு வரவில்லை. கடவுள் எப்போது தேவையிருக்கிறது என்பதை மற்றொரு கட்டுரையில் சொல்கிறேன்.

14

பயாலஜி

பயாலஜி என்று சொல்லப்படும் உயிரியல் முதலில் ஒரு விவரிக்கும் இயலாக இருந்தது. லட்சக்கணக் கான உயிரினங்களைக் கவனித்து அவற்றின் குணாதிசயங்களை விவரித்து வந்தனர்.

ஆரம்ப காலங்களில் பொதுவாகவே பயாலஜி காரணங்களைப் பற்றியோ உள்ளமைப்பு பற்றியோ தெரிந்து கொள்வதற்கு அந்த இயலில் அதற்கான உபகரணங்கள் இல்லை.

மைக்ரோஸ்கோப் வந்ததும் இந்த இயலின் கண்கள் கொஞ்சம் விரிந்தன. அதுவும் எலக்ட்ரான் மைக்ரோஸ்கோப் என்கிற சாதனத்தின் மூலம் உயிரணுக்களின் செல்களின் அமைப்பை நுட்ப மாகப் பார்க்க முடிந்தது. இருந்தும் அந்த நுட்பமும் போதவில்லை. காரணங்கள் கண்டுபிடிக்க உயிரணு என்னும் செல்லின் நுட்பத்தைவிட செல்லின் உள்ளேயும் வெளியேயும் இருக்கும் குறிப்பிட்ட மாலிக்யுல்களின் செயல்பாட்டில்தான் காரணம் பொதிந்திருக்கிறது என்று கண்டுகொண்டார்கள். மாலிக்யுலர் பயாலஜி என்னும் இயலில்தான் வாழ்க்கையின் உயிரின் ரகசிய ஞானம் பொதிந் திருக்கிறது என்றும் கண்டு கொண்டார்கள். அடிப் படை மாலிக்யுலர் அமைப்புக்குப் போக வேண்டி யிருந்தது. பயாலஜி என்னும் உயிரியல் சென்ற

1985லிருந்து பிரமிக்கத்தக்க மாறுதல்களைக் கொண்டு வந்திருக்கிறது.

பயாலஜி என்பதே மாலிக்யுல்களின் சங்கமத்தின் விளைவுகளால் நிகழ்வது என்று அறிந்தபின் உயிரின் தொடர்ச்சி, ப்ரொட்டீன் களின் பிறப்பு, நம் வம்சாவளி விஷயங்கள், நம் வியாதிகள் எல்லாவற்றுக்குமே காரணம் இந்தச் சூட்சுமமான உலகில் நிகழும் விந்தைகள் என்று தெரிந்து கொண்டிருப்பது இந்த நூற்றாண்டின் மற்றொரு மகத்தான அறிவியல் சாதனை. ப்ரொட்டீன் என்னும் பதார்த்தத்தின் முப்பரிமாண வடிவை அறிந்து கொள்வது ஒரு காலத்தில் மிகக் கடினமான வேலையாக இருந்தது. இன்று க்றிஸ்டலோகிராஃபி என்னும் இயல் வளர்ந்து கம்ப்யூட்டர்களின் உதவியுடன் எத்தனையோ ஆயிரம் ப்ரொட் டீன்களின் அமைப்பைச் சுலபமாக அறிந்து கொள்கிறார்கள்.

சுவாரஸ்யமான சில கேள்விகளுக்கு விடைகள் கிடைத்து விட்டன. ஜீன்கள் எப்படி இரட்டிப்பாகின்றன? எப்போது அவை ஸ்விட்ச் போட்டாற்போல வளரத் தொடங்குகின்றன? எப்போது அவை நிறுத்தப்படுகின்றன? அவற்றின் ஆரம்பத்தையும் இறுதியையும் நிர்ணயிப்பது எது? கருவிலிருந்து நாமெல்லாரும் எப்படி படிப்படியாக உருவாகிறோம்? அந்த விந்தை க்ரோமோ ஸோம் செய்திகள் எப்படி ஒரு முழு மனிதனை உற்பத்தி செய்கின்றன? நம் உடம்பிலுள்ள எல்லாச் செல்களிலும் ஆதாரமான செய்திகள் அதன் செல் அமைப்பில் எழுதியிருந் தாலும் எப்படி சில செல்கள் ரோமமாகவும், சருமமாகவும், சில நியூரான்களாகவும், மூளை செல்களாகவும் மாறுகின்றன? அவற்றுக்கு யார் நீ ரோமம், நீ சருமம் என்று சொல்கிறார்கள்? எப்படி அதனுள்ளேயே அந்த சூட்சும அடையாளம் பொதிந் துள்ளது? எல்லாக் கேள்விகளுக்கும் பிரமிப்பூட்டும் விடைகள் கிடைத்துள்ளன.

நம் உயிரணுவில் உள்ள ஆர்.என்.ஏ., டி.என்.ஏ. என்னும் மாலிக் யுல்களில் நம் சிருஷ்டி ரகசியம் பதிவாயிருக்கிற விந்தையை இந்த நூற்றாண்டில் கண்டறிந்தார்கள். அந்தப் பிரமிப்பு அடங் கும் முன்னரே இன்னும் ஒரு காரியம் பண்ணத் தொடங்கியிருக் கிறார்கள்.

இதுவரை உயிர் என்பது பரிணாம ரீதியில் பல கோடி நூறாயிரம் வருஷங்களின் இறுதியில் இயற்கையாக வந்தது. இப்போது

அந்த உயிரின் ரகசியம் புரிந்து போய் இந்தஉயிரைப் பரி சோதனைச் சாலையில் உண்டாக்க முடியுமா என்று பரி சோதனையைத் தொடங்கியிருக்கிறார்கள். சில புரதச் சத்துக் களை இவ்வாறு சோதனைச் சாலையில் உருவாக்கி முதன்முத லாகச் செயற்கை உயிர் அமைக்கப் பாதை வகுத்திருக்கிறார்கள்.

இந்தப் பரிசோதனையைச் சிலர் கடவுள் விளையாட்டு என்று எச்சரிக்கிறார்கள். சிலர் ஜெனட்டிக் என்ஜினியரிங் என்று பெயர் சூட்டி, இதில் தான் வருங்காலத்தில் கான்சர், எய்ட்ஸ் போன்ற தீராத நோய்களுக்கு மருந்து கண்டு பிடிக்கும் சாத்தியம் இருக்கிறது என்று தீவிரமாக ஈடுபட்டிருக்கிறார்கள். கான்ஸர் என்பது ஜெனடிக் ?தியில் பார்த்தால் தவறாகச் செய்தி கொடுக்கும் ஒரு மாலிக்யுல் அமைப்பு. இந்தத் தவறான செய்தி கொடுக்கும் பகுதியை வெட்டி ஒட்டி விட்டால், கான்ஸர் நிவாரணம் சாத்தியம்.

முதன் முதலாக மனிதன் கடவுளைப் பற்றி அறியாமலே கடவுள் தன்மையின் ஒரு பகுதியை, பொறுப்பை ஏற்றுக் கொண்டி ருக்கிறான்.

எதிர்காலத்தில் குறையற்ற ஜீன்களை ஜெனட்டிக் என்ஜினியரிங் முறைப்படி சிருஷ்டிக்கலாம். அல்லது அதன் விளைவாகப் பயங்கர வக்கிர உணர்வுகளையும் சிருஷ்டிக்கலாம். காத்திருந்து பார்ப்போம்.

15
மகா வெடிப்பு

ஒரு மைதானத்துக்குச் செல்கிறீர்கள். காலி மைதானம். ஆனால், புகை பரவியிருக்கிறது. மைதானம் முழுதும் புகை பரவியிருக்கிறது. வெடி மருந்து வாசனை வீசுகிறது. இதிலிருந்து மைதானத்தில் கொஞ்ச நேரம் முன்பு ஏதோ வெடித்திருக்க வேண்டும் என்ற முடிவுக்கு நீங்கள் வரலாம் அல்லவா?

பிரபஞ்சத்தில் நாம் இப்போது அந்த நிலையில்தான் இருக்கிறோம். பெரிய வெடி வெடித்து அந்த உஷ்ணம் பிரபஞ்சம் முழுதும் பரவிய நிலையில், ஒரே ஒரு வித்தியாசம். வெடி 'சற்றுமுன்' வெடித்ததல்ல. 1500 கோடி வருஷங்களுக்கு முன்.

பிரபஞ்சம் எப்படித் தோன்றியது என்கிற கேள்வி ஆதி காலத்தில் இருந்து மனித சிந்தனையை ஆக்கிரமித்து வந்திருக்கிறது. நம் புராணங்கள் பிரளயம் என்கின்றன. பைபிள் ஏதோ ஒரு திங்கள் கிழமை தொடங்கி கடவுள் படிப்படியாக சிருஷ்டித்து வார இறுதியில் ஓய்வு எடுத்துக் கொண்டார் என்கிறது. அதேபோல் திருக்குர் ஆன்.

எல்லா மதங்களிலும் எல்லாச் சிந்தனைகளிலும் பிரபஞ்சத்தின் ஆரம்பத்தைப் பற்றிய செய்திகள் உத்தரவாதமாக உள்ளன. அவை வேறுபட்டிருந்தாலும், ஆதாரமாக இந்தச் சிருஷ்டித் தத்துவங்களுக்கு

எல்லாம் பொது அம்சம் சாட்சியங்கள் இல்லாதது. விஞ்ஞான முறைப்படி அடிப்படையில்லாதது.

அறிவியல் சிந்தனை அப்படியில்லை. ஒரு துப்பறியும் கதையைப் போல், இன்று நமக்குக் கண்கூடாகக் கிடைக்கும் தடயங்களைக் கொண்டு பிரபஞ்சம் எப்படி ஆரம்பித்திருக்கக் கூடும் என்று யூகித்துச் சொல்வது அறிவியல் முறை. இந்த யூகங்கள் பலிப்பதற்கு நிரூபணங்களாக பௌதிக இயற்பியலின் விதிகள் பயன்படுகின்றன. பிரபஞ்சத்தின் மிக மிக ஆரம்பக் கணத்திலிருந்து இன்று வரை நடந்தது அனைத்தையும் யூகிக்க முடிந்திருக்கிறது. முதல் செகண்டின் முதல் பிரிவைத் தவிர, மற்றவை அனைத்துக்கும் விஞ்ஞானம் விளக்கம் தருகிறது.

நோபல் பரிசு பெற்ற ஸ்டீவைன் வைன்பர்க் (Steven Wineberg) 'முதல் மூன்று நிமிஷங்கள் என்றொரு புத்தகம் எழுதியிருக்கிறார். ஏதோ பக்கத்தில் இருந்து பார்த்தவர் போலப் பிரபஞ்சத்தின் ஆரம்ப நிமிஷங்களை விவரித்திருக்கிறார்.

ஆரம்பத்தில் பிரபஞ்சம் அளவில் சூன்யமாகவும் சக்தியில் அனந்தமாகவும் இருந்தது. அதாவது ஒன்றுமில்லாத ஒரு வஸ்து வுக்கு அளவில்லாத சக்தி இருந்தது. அப்போது அது வெடித்தது. வெடித்தவுடன் உஷ்ணம் மிக மிக அதிகமாகி அளவில் விரியத் தொடங்கியது. அப்போது உஷ்ணம் பத்தாயிரம் கோடி டிகிரி சென்டிகிரேடு! இந்த உஷ்ணத்தில் எலக்ட்ரான், ப்ரோட்டான் போன்ற சிறு துகள்கள்கூட நிலைத்திருக்க முடியாது. இந்தக் குழப்பத்தில், அதீத உஷ்ணத்தில் துகள்கள் பிளந்து பிளந்து அழிந்தன.

முதல் செகண்டில் கொஞ்சம் உஷ்ணம் குறைந்து ஆயிரம் லட்சம் டிகிரிக்கு வந்தது! இதுவே சூரியனின் மையத்தில் இருக்கும் உஷ்ணத்தைப் போல ஆயிரம் மடங்கு (ஆனால் ஹைட்ரஜன் பாம் வெடிக்கும் போது இவ்வகை உஷ்ணம் ஏற்படுகிறது). இந்த உஷ்ணத்தில் பிரபஞ்சத்தில் ஃபோட்டான், எலக்ட்ரான், நியூட்ரினோ என்ற துகள்கள் மட்டும் இருந்தன. பிரபஞ்சம் விரிவடைந்து உஷ்ணம் குறைந்து கொண்டே வந்தது.

வெடித்து சுமார் நூறு செகண்டில் நூறு லட்சம் டிகிரி ஆயிற்று. (இன்றைய நட்சத்திரங்களின் உஷ்ண அளவு இது) எலக்ட்ரான், ப்ரோட்டான்கள் இப்போது தத்தமது கவர்ச்சியைத் தவிர்க்க

இயலாமல் ஒன்று சேர்ந்து கொள்ள ஹைட்ரஜன், ஜல வாயு, ஹீலியம் இவை பிறந்தன. திடப் பொருள்களின் ஆரம்பங்கள் இவைதான். இந்த சமாசாரம் முழுவதுமே மூன்று நிமிடங்களில் நிகழ்ந்து விட்டது. அப்போதிலிருந்து ஏழு லட்சம் வருஷம் கழிந்த பின்தான் கொஞ்சம் கனமான மற்ற அணுக்கள் உண்டாயின. அங்கிருந்து இன்னும் பல தச லட்சம் வருஷங்கள் கழிந்த பின்தான் அடர்த்தியான மற்ற திடப் பொருள்கள் ஏற்பட்டு நட்சத்திரங்கள், காலக்ஸிகள் என்று உண்டாயின.

வைன்பர்க்கின் புத்தகம் முதல் மூன்று நிமிஷங்களை உன்னதமாக நுட்பமாக விவரித்தாலும், ஆரம்பத்திலும் ஆரம்பமான முதல் செகண்டின் நூற்றில் ஒரு பாகத்தை - சிருஷ்டி என்பதை விவரிக்க பௌதிக விதிகள் இல்லை. ஐன்ஸ்டீனின் ரிலேட்டிவிட்டி விதிகள் செல்லுபடியில்லை... வைன்பர்க்கின் விவரணை தொடங்கும் போது பிரபஞ்சம் வெடித்து சுமார் ஒரு கால்பந்து அளவுக்கு வந்து விட்டது.

அங்கிருந்துதான் இன்றுவரை விவரித்திருக்கிறார். அந்த ஆரம்ப மில்லி செகண்டில்தான் கடவுள் தேவைப்படுகிறார். இந்த ஆரம்பக் கணத்தில் எந்தத் தத்துவமும் எந்த மதமும் இடம் பெறும். சிருஷ்டிகர்த்தா என்ற ஒருவர், பிரளயக் காலத்தில் அல்லது பைபிளின் ஆறு நாள்களில் அல்லது ஒரு மில்லி செகண்டில் பிரபஞ்சத்தை சிருஷ்டித்தார் என்றால் இன்று அதை மறுக்க இயலாது.

அந்த அற்புதக் கணக்கை சிங்குலாரிட்டி (Singularity) என்கிறார்கள். இங்கேதான் காலம் ஆரம்பத்துக்குப் பிரபஞ்சம் ஒரு கணிதப் புள்ளியாக, அளவிலா அடர்த்தியுள்ள சக்தியாகத் தொடங்கி 'டமால்' என்று வெடித்தது.

ஸ்டீபன் ஹாக்கிங் (Stephen Hawking) போன்ற அபார மனிதர்கள் இந்த ஒருமித்த கணத்தையும் வசீகரமாக விவரிக்கிறார்கள். A Brief History of Time என்கிற புத்தகத்தில் படித்துப் பாருங்கள். ஹாக்கிங்கின் சிந்தனைகளைப் பற்றி மற்றொரு தனிப்பட்ட கட்டுரையே எழுத வேண்டும்.

பிரபஞ்சத்தின் ஆரம்ப உஷ்ண காலங்களை முதலில் விவரித்தவர் ஜார்ஜ் காமோ (George Gomow) என்பவர். இவர் 1948இல் எழுதிய ஓர் ஆராய்ச்சிக் கட்டுரையில் பிரபஞ்சம் முழுவதும் உஷ்ணம்

விரவியிருக்க வேண்டும் என்கிற ஆச்சரியமான முடிவுக்கு வந்திருந்தார். அந்த மிச்ச உஷ்ணத்தில் டிகிரி அளவைக் கூடக் கணித்திருந்தார்.

1965ல் பென்ஸியாஸ் (Penzias), வில்சன் (Wilson) என்னும் இருவர், இந்த மிச்ச உஷ்ணம் நிஜமாகவே பிரபஞ்சத்தில் விரவி யிருப்பதை ஒரு பரிசோதனை மூலம் நிரூபித்துக் காட்டினார்கள்.

பிரபஞ்சத்தின் அத்தனை துகள்களும் அந்த ஆரம்ப நிமிஷங்களில் பறந்து விட்டன.

இன்றைய தினமும் புள்ளியிலிருந்து ஆரம்பித்த பிரபஞ்சம் பிரம் மாண்டமாக விரிவடைந்து கொண்டிருக்கிறது. யாரோ பெரு மூச்சு விடுவது போல. யாரென்றுதான் தெரியவில்லை.

ஹாக்கிங், கடவுள் என்னும் தத்துவத்துக்குத் தேவை இல்லாமல் எல்லாவற்றையும் பௌதிக விதிகளைக் கொண்டே விளக்க முடியுமா என்று முயற்சி செய்கிறார். அந்த ஆரம்ப ஒருமித்த கணத்தின் கணக்கு மட்டும் உதைக்கிறது.

அதற்கு ஒரு சிருஷ்டி கர்த்தா தேவையாக இருக்கிறார்.

கொஞ்ச நாளைக்கு! இந்தப் பெருமூச்சு விரிந்து கொண்டி ருக்கிறது....

பெருமூச்சு என்பது இதயத்தின் தாய்மொழி என்றார் ஓர் ஆங்கிலக் கவிஞர்.

யாருடைய இதயம் இது!

16
நிஜம் என்பது பொய்

ஸ்டீபன் ஹாக்கிங் ஒரு விந்தை மனிதர். கேம்பிரிட்ஜ் பல்கலைக் கழகத்தில் பணிபுரியும் அவருக்குப் படிப்படியாக கைகால் விளங்காமல் போய் பேச்சில் தெளிவும் அருகிக் கொண்டே வரும்போது, அவர் மூளையின் ஜாஜ்வல்யம் அதிகமாகி அவருடைய அருமையான சித்தாந்தங்கள் அடங்கிய சொற்பொழிவுகளைக் கேட்பதற்கு வகுப்பறையில் கூட்டம் கூடுகிறதாம். அவருடைய A Brief History of Time என்னும் புத்தகத்தை அனைவரும் படிக்க வேண்டும். ஹாக்கிங்கின் சிந்தனைகளின்படி பிரபஞ்சம் ஒருமித்த கணத்தில் (முன்பே நாம் சொன்ன ஸிங்குலாரிட்டியில்) தொடங்கி விரிவடைந்து கொண்டே வந்திருக்கிறது. சுமார் 1500 கோடி வருஷங்களாகிறது. இம்மாதிரி விரிவடைந்து கொண்டே இருக்குமா? இந்தப் பிரபஞ்சம் எதிர்காலத்தில் ஒரு கால கட்டத்தில் விரிவடைவது நின்று போய் கொஞ்சம் கொஞ்சமாகக் குறுகிக் கொண்டே வரும். இறுதியில் மறுபடி ஒரு புள்ளியாகி ஒருமித்த கணமாகி திசை திரும்பும் என்று க்வாண்டம் ரிலேட்டிவிட்டி விதிகளின்படி அழகாக விளக்கியுள்ளார்.

ஆனால், கொஞ்ச நாள் கழித்து இந்த ஒருமித்த கணம் சரியில்லை என்று வேறு ஒரு விளக்கம் கொடுத்தார். பிரபஞ்சம் சூன்யத்திலிருந்து ஒரு கணத்தில்

வெடித்துப் புறப்பட்டது என்பது மத போதகர்களுக்கு சௌகரியமான சித்தாந்தம். அக்கணம்தான் சிருஷ்டிக் கணம் என்று சொல்லி கடவுளை உள்ளே கொண்டு வந்து விடலாம். அதுவன்றி, பிரபஞ்சம் தொடர்ந்து இறுகி, விரிந்து, மாறி மாறி இயங்கிக் கொண்டிருக்கும் ஒரு சதாசர்வ கால வஸ்து என்று சொன்னால் கடவுள் தத்துவத்துக்கு இடமின்றிப் போகிறது.

கத்தோலிக்கத் திருச்சபை 1951ல் 'பிக் பாங்' (Big bang) என்னும் சிருஷ்டி தத்துவம், பைபிளின் சித்தாந்தங்களுடன் சரி வருகிறது என்று அறிவிப்பு கொடுத்தது.

எதுவுமே இல்லாத ஒரு நிலையில் இருந்து அனந்த கோடி துகள்கள் வெடித்தன என்பதை ஜீரணிப்பது கொஞ்சம் கஷ்டமாகத்தான் இருக்கிறது. அதே சமயம் எப்போதும் இந்தச் சக்தி இருந்து வருகிறது. புள்ளியாகி, பெரியதாகி, சிறியதாகி, புள்ளியாகி என்று மாறி மாறி வருவது பிரபஞ்சம் என்றால் நம் ஹிந்து 'இம்மைக்கும் ஏழேழ் பிறவிக்கும்' தத்துவங்களில் அகப்பட்டு விடச் சந்தர்ப்பம் இருக்கிறது.

எப்படியும் ஒரு சிருஷ்டிகர்த்தா இல்லாத பிரபஞ்சத்தை நினைத்துப் பார்க்க தற்கால பௌதிக விதிகளின்படி கொஞ்சம் உதைக்கத்தான் செய்கிறது. எதிர்காலத்தில் உலகின் அத்தனை சக்தி துகள்களையும் ஒரே சக்தி ஒரே துகள் என்று குறுக்கி விட்டால் பிரபஞ்சத்தின் ஆதாரத்தை, ஆரம்பத்தைக் கடவுள் என்னும் ஒரு சித்தாந்தத்துக்குத் தேவையில்லாமல் விளக்க முடியும் என்று எதிர்பார்க்கிறார்கள். ஓர் அதி உன்னதமான, நுட்பமான அல்லது விதிகளற்ற நிலையைத் தான் அவர்களால் விளக்க முடியவில்லை. பௌதிக விதிகள் வந்ததும் பிரபஞ்சத்தின் உருவம் புலப்படுகிறது. பிறப்பும் வளர்ப்பும் புலப்படுகிறது.

பௌதிக விதிகள்தான் கடவுளா? அவற்றைக் கட்டுப்படுத்தி சுருக்கி ஒரே விதியாக மாற்ற முயற்சி செய்கிறார்களே, அந்த விதியின் இறுதியில்தான் கடவுள் வீற்றிருக்கிறாரா? 'எழுதிச் செல்லும் விதியின் கை எழுதி எழுதி மேற்செல்லும்' என்று உமர்கய்யாம் சொல்லும் அந்த விதிதான், தவிர்க்க முடியாத உண்மைதான் கடவுளா?

'கோணை பெரிதுடைத்து எம்பெம்மானைக் கூறுதலே' என்று ஆழ்வார் வருணிக்க முயன்று பார்த்து கைவிட்டு விட்டது போல

இயற்பியலிலும் ஓர் அளவுக்கு மேல் கூறுவதற்கு இயலாமல் நின்று விட்டார்கள்.

சென்ற அரை நூற்றாண்டில் பிரபஞ்சத்தைப் பற்றிய மனிதனின் பார்வை புதுப்பிக்கப்பட்டுள்ளது. எட்வின் ஹபிள் என்பவர் பிரபஞ்சம் விரிவடைந்து கொண்டிருப்பதைக் கண்டறிந்தார். பிரபஞ்சம் என்னும் மகா மகா அமைப்பில் பூமியும் நம் சூரியக் குடும்பமும் காலக்ஸியும் மிக மிக அற்பமானவை என்று கண்டறிந்தோம். பிரபஞ்சத்துக்கு ஓர் ஆரம்பக் கணம் இருந் திருக்க வேண்டும் என்பதை ஐன்ஸ்டீனின் சார்பியல் விதிகளின் படி ஹாக்கிங், பென்ரோஸ் என்ற விஞ்ஞானிகள் நிரூபித்துள் ளார்கள். ஐன்ஸ்டீனின் விதிகள் பிரபஞ்சம் ஆரம்பித்த ஒரு கணத்தில் மட்டும் செல்லுபடியில்லை. அந்தக் கணத்தில் பிரபஞ்சம் - மிக மிகச் சிறியதாக இருந்தது. அதற்கு க்வாண்டம் இயற்பியல் விதிகள் பயன்பட்டிருக்க வேண்டும் என்று ஹாக்கிங் நிரூபித்துள்ளார். எஞ்சியிருப்பது ஒரே ஒரு கேள்விதான். இந்த விதிகளைச் செய்தது யார்?

உங்கள் சொந்த ஊர் எது? எனக்கு திருச்சி ஜில்லாவில் இருக்கும் சீரங்கம். அங்கேதான் நான் வளர்ந்து படித்து ஆளானவன். இந்த ஊர் இப்போதும் இருக்கிறது. ஆனால், நான் இருப்பது பெங்களூர். இந்தக் கணத்தில், நான் இந்தக் கட்டுரை எழுதும் போது சீரங்கத்தில் இல்லை. எனக்கு இப்போதைய நிஜம் பெங்களூர் மட்டும்தான். சீரங்கம் இருக்கிறதா என்று தெரிந்து கொள்ள இந்தக் கணத்தில் நான் இல்லாதவரை அங்கே என் நண்பர்களுக்குப் போன் செய்து பார்த்து மறைமுகமாகத் தெரிந்து கொள்ள வேண்டும். ஆனால், இந்தக் கணத்தில் போய்ப் பார்க்க முடியாது. அதனால் என் கண்ணுக்குத் தெரியாதவரை, என் புலன்களுக்கு எட்டாதவரை எனக்கு இப்போது சீரங்கம் என்னும் நிஜம் இல்லை. மற்ற பேர் அல்லது டெலிபோன் சொல்லித்தான் நம்ப வேண்டும். என்னால் இந்தக் கணத்தில் சீரங்கத்தை உணர முடியாது.

என்ன இந்த ஆள் ஒரு மாதிரி பேசுகிறானே, எதாவது போட்டிருக் கிறானா என்று வியப்படைய வேண்டாம். நவீன க்வாண்டம் இயற்பியலிலும் நிஜம் என்பதே கிடையாது என்று நிரூபித் திருக்கிறார்கள். நிஜத்தை அறிந்து கொள்ளும் முயற்சியிலேயே நிஜம் அழிந்து விடுகிறது. அல்லது மறைந்து விடுகிறது என்று நிரூபித்துள்ளார்கள்.

1927ஆம் ஆண்டில் வெர்னர் ஹெய்ஸன்பர்க் (Werner Heisenberg) என்னும் விஞ்ஞானி ஒரு சங்கதி கண்டுபிடித்தார். நாம் எதையும் பார்க்கிற போது அந்த நிகழ்ச்சியின் உண்மையை மாற்றி விடுகிறோம். முழுமையாக நிஜத்தை அறியவே முடியாது என்றார். கொஞ்சம் யோசித்துப் பாருங்கள். பிரபஞ்சத்தில் ஒரு பிராணி, ஒரு ஜீவன் கூட இல்லை என்று வைத்துக் கொள்ளுங்கள். பார்க்க யாருமே இல்லாத போது பிரபஞ்சத்தின் நிஜம் என்பது எப்படி இருக்கும்? நிஜம் என்பதே என்ன? நம் அறிவுக்குப் புலப் படுவதைத்தான் நிஜம் என்கிறோம். அறிவு என்பது என்ன? நம் மனத்தில் கல்வியாலும் அனுபவத்தாலும் ஏற்படும் பிம்பங்கள். மனப் பிம்பம் என்பது என்ன? மூளையின் நியூரான் செல்களின் ஊடே ஓடும் துணுக்கு மின்சாரங்கள் அல்லது டொர்பின் போன்ற ரசாயன மாற்றங்கள் அல்லது மாலிக்யுல் அமைப்பில் மாறுதல்கள்.

இந்த ஆதாரமாகப் பார்த்தால் பிரபஞ்சத்தின் அத்தனை நிஜமும் நாம் பார்க்கும் நிஜங்கள். மூளையின் பிம்பங்கள். உயிர் என்பதே இல்லாவிட்டால் நிஜம் என்பது எப்படி இருக்கும் என்று யோசித்துப் பாருங்கள். ஆகாயம் நீலம் என்றால் நாம் பார்த்து நீலம் என்கிற ஓர் அலைவரிசைக்கு நம் கண் திரையிலும் மூளையிலும் ஏற்படும் மாறுதலன்றி தனிப்பட்ட நீலம் என்னும் ஒரு தன்மை இருக்கிறதா, இருக்க முடியுமா? ஜான் பாரோ (John Barrow) என்னும் விஞ்ஞானி சொல்வதுபோல் நாம் உயிர் வாழ்வதே பிரபஞ்சத்தின் நிஜத்தில் ஒரு விதமான தேர்ந்தெடுப்பை ஏற்படுத்துகிறது.

நாம் பார்ப்பதுதான் அல்லது நாம் பார்க்க விரும்புவதுதான் நிஜம் என்று கூடச் சொல்லலாம். நாம் இல்லாவிட்டால் நிஜமும் வேறு! ஆதலால் இந்தப் பிரபஞ்சத்தைச் சிருஷ்டித்தவர் யார் என்றால் நாம் என்று சொல்லலாமா?

இல்லை, சிருஷ்டிக்கிறது என்கிற ரீதியில் ஏதோ ஒரு கமண்டலத்தில் இருந்து நீர் தெளித்து 'உலகமே உண்டாகக் கடவது' என்று நாம் சிருஷ்டிக்கவில்லைதான். ஆனால், க்வாண்டம் இயற்பியலின்படி நாம் இருப்பதால்தான் திடப் பொருள்கள் இருக்கின்றன என்று நிரூபிக்கின்றது. நாம் இல்லையேல் பார்வை இல்லை. உணர்வு இல்லை. உணரப்படும் வஸ்துக்களும் இல்லை. மரம் இல்லை. செடியில்லை. சந்திரனில்லை. சூரியனில்லை. நட்சத்திரம் பிரபஞ்சமே இல்லை. உணரப்படாத பிரபஞ்சம் என்பது யாருக்குப் பிரயோசனம்?

17
மொழி

மொழி! நாம் பேசும் பாஷை. இதைப் பற்றி ஆராய்ச்சி இன்று எந்த மட்டில் இருக்கிறது என்று கவனிப்போம். மெர்ரிட் ரூலன் (Merritt Ruhlen) என்னும் மொழி ஆராய்ச்சியாளரைக் கேட்டால் மனிதன் பேசிய முதல் வார்த்தை 'டிக்' என்பதாகும். எப்போது? ஆதி மனிதன் காலத்தில் சுமார் ஒரு லட்சம் வருஷங்களுக்கு முன் இந்த வார்த்தைக்கு அர்த்தம் என்ன? விரல் என்பதே. இந்த வார்த்தையிலிருந்துதான் 'டிஜிட்' போன்ற விரல்களைக் குறிப்பிடும் லத்தீன் வார்த்தை எல்லாம் கிளைத்தது என்று ரூலன் சொல்வது வசீகரமான கருத்தாக இருந்தாலும் அவர் அதிகப்படியாக எளிமைப்படுத்துகிறார் என்ற பிற ஆராய்ச்சியாளர்கள் கருதுகிறார்கள்.

ரூலன் உலகத்து மொழிகள் அனைத்துமே நம் முன்னோர்கள் பேசிய ஓர் ஆதி மொழியிலிருந்து உருவாகியிருக்கலாம் என்று நிரூபிக்க விரும்புகிறார்.

மற்ற பேர் உலக மொழிகளைப் பன்னிரண்டாயிரம், பதினைந்தாயிரம் வருஷத் தொன்மை வரைதான் ஆராய முன் வருகிறார்கள். அதற்கு முன் ஆராயப் போந்தால் தவறான கருத்துகள் பிறக்கும் என்று அஞ்சுகிறார்கள். ரூலன் இதைப் பற்றியெல்லாம் கவலைப் படாமல் உலகின் ஆயிரக்கணக்கான மொழிகளின் ரிஷி மூலத்தைத் தைரியமாகச் சொல்கிறார்.

எல்லா மொழிகளும் ஒரே தாய் மொழியிலிருந்து கிளைத்தன என்கிற 'ஆதாம் ஏவாள்' தனமான கருத்து வசீகரமானதே. கலிபோர்னியா பல்கலைக்கழகத்தில் சில ஆராய்ச்சியாளர்கள், உலகத்தின் அத்தனை பேரும் ஆப்பிரிக்காவில் ஒரு லட்சத்து ஐம்பதாயிரம் வருஷம் முன் வாழ்ந்த ஒரு பெண்ணிலிருந்து பிறந்தவர்கள். அவள் தான் எல்லாருக்கும், ஒரு மகா பாட்டி என்று சொல்கிறார்கள்.

இயற்பியலில் பிரபஞ்சத்தின் அனைத்து சக்திகளையும் ஒருமைப் படுத்தி ஒரே சக்தி என்று சொல்லும் இணைப்புச் சித்தாந்தம் போல இது.

சக்திகள் யாவும் ஒரே சக்தி. மனிதர்கள் யாவரும் ஒரே பெண்ணி லிருந்து பிறந்தவர்கள். மொழிகள் அனைத்தும் ஒரே மொழியி லிருந்து கிளைத்தவை.

வசீகரமான கருத்துகள்தாம்!

ஆனால், முழுமையாக நிரூபிக்கப்படவில்லை. இந்த முயற்சி புதிதன்று. 1786இல் சர் வில்லியம் ஜோன்ஸ் என்னும் அறிஞர் சமஸ்கிருதம், லத்தீன், கிரேக்க மொழிகளுக்குள் ஒற்றுமையைச் சுட்டிக் காட்டி, அவை மூன்றும் ஒரே மொழியிலிருந்துதான் கிளைத்திருக்க வேண்டும் என்று சொன்னார். இந்த மொழியை இண்டோ-ஐரோப்பிய மொழிகள் என்றார்கள். உதாரணமாக இந்தோ-ஐரோப்பிய மொழியில் தந்தை என்பதற்கு வார்த்தை 'பதர்' என்கிற வேர்ச் சொல். அது லத்தீனில் 'பேட்டா' என்றும், சமஸ்கிருதத்தில் 'பிதா' என்றும், ஆங்கிலத்தில் 'ஃபாதர்' என்றும் திரிந்தது.

இந்தோ-ஐரோப்பிய மொழியில் கடவுளுக்கு வேர்ச் சொல் தைவாஸ். இது லத்தீனில் தியுஸ், ஜூபிட்டர், கிரேக்க ஜியஸ், இந்திய தேன் என்ற பற்பல வடிவங்கள் கொண்டது. மேலும் வார்த்தைகளின் ஆதாரத்தில் அந்தக் கலாச்சாரத்தின் கண்ணாடி யாக மறைமுகமான தடயங்களும் கிடைக்கின்றன. ஆதி மொழியான ப்ரோட்டோ இண்டோ-யுரோப்பிய மொழியின் வார்த்தைகளைச் சில சோவியத் ஆராய்ச்சியாளர்கள் தொகுத் திருக்கிறார்கள். அந்த வார்த்தைகளைக் கவனிக்கும் போது நாய், பசு, ஆடு போன்றவற்றுக்கு அதிகப்படியான வார்த்தைகள் இருப்பதையும், பார்லி, கோதுமை போன்ற தானியங்களுக்கும் அதிகம் வார்த்தைகள் இருப்பதையும் கண்டு, அந்த சமூகத்தினர்

விவசாயத்தில் அதிக நாட்டம் கொண்டிருந்தார்கள் என்பதற்கும் பல்வேறு சித்தாந்தங்கள் உள்ளன. ஒரு பிரதேசத்திலிருந்து மற்ற பிரதேசத்தில் குடிபோன போர் வீரர்கள் தத்தமது மொழிகளைப் பரப்பியிருக்க முடியும் என்று சிலர் சொல்கின்றனர்.

சிலர் விவசாயம் பரவப் பரவ மொழியும் பரவியது என்கின்றனர்.

நம் இந்திய மொழிகளில் பலவற்றில் அராபிய உருதுச் சொற்கள் இருப்பதைக் கவனிக்கையில் முதல் சித்தாந்தத்தை நம்பலாம் எனத் தோன்றுகிறது. ஒரு குழுவைச் சேர்ந்தவர் ஒரு பிரதேசத்திலிருந்து யுத்தமோ, விவசாயமோ செய்ய மற்றோர் இடத்துக்குப் போய் அங்கே ஆயிரக்கணக்கான வருஷங்கள் செட்டில் ஆகும் போது ஒரு கிளை மொழி பிறக்கிறது என்பதற்குத் திராவிட மொழிகள் உதாரணம்.

மொழி முதன் முதல் எவ்வாறு உருவாகியது என்று உங்களால் சொல்ல முடிந்தால் பி.எச்.டி. நிச்சயம். மொழிதான் மனிதனின் மகத்தான கண்டுபிடிப்பு என்கிறார்கள் சிலர். சிலர் அது கண்டுபிடிப்பே இல்லை. இயல்பாக வந்தது என்கிறார்கள். நோவம் சாம்ஸ்கி மொழி என்பது நம் உள்ளுணர்வில் அழுந்திய ஒரு சாமர்த்தியம் என்கிறார். பறவைக்கு பறப்பது போல, குழந்தைக்கு மொழி.

மொழி எப்படிப் பிறந்தது என்பதற்குக் கைவசம் ஐந்து சித்தாந்தங்கள் உள்ளன.

அவற்றைத் தெரிந்து கொள்ள விரும்புவோர் சுய விலாசமிட்ட கார்டு எனக்கு அனுப்பினாலும் சொல்ல மாட்டேன். அருகில் உள்ள மொழி ஆராய்ச்சியாளர்களிடம் 'வவ் வவ் பூப்பூ, யோ இ யோ, லாலா' என்றால் என்ன என்று கேட்டுப் பாருங்கள்!

அடிக்க மாட்டார்கள்.

18

சிந்தனை என்பது

நாம் எங்கே சிந்திக்கிறோம் என்கிற கேள்விக்கு இது வரை விடை அகப்படவில்லை. நம் மூளையில் எங்கோ அது நிகழ்கிறது என்பது எல்லோருக்கும் தெரியும். எப்படி நிகழ்கிறது என்பதற்குப் பதில் இல்லை. மூளையின் செயல்பாடுகளை நாம் அறிந்து கொள்கிற அளவுக்கு நம் மூளை அத்தனை எளிதானதென்றால் அதனால் அவ்வாறு அறிந்து கொள்ளவே முடியாது என்கிற வினோதக் கோட் பாட்டைச் சிந்தித்துப் பாருங்கள். கிரேக்க தத்துவ ஞானி கெலன், மூளைதான் நம் சிந்தனைகளின் மையக் கேந்திரம் என்று அப்போதே சொன்னார். அதிலிருந்து சில திரவங்கள் மூலம் மனசுக்கு ஆணைகள் போகின்றன என்றார். இப்போது திரவ மில்லை. எல்லாம் நரம்புகள் மூலம் செல்லும் ரசாயன மின்சாரத் துகள்கள் என்று தெளிவாகத் தெரிகிறது.

இந்த மனசின் இருப்பிடம்தான் நமக்குத் தெரிய வில்லை. மூளைக்கும் கணிப்பொறிக்கும் சில ஒற்றுமைகள் இருப்பதைப் பார்க்கலாம். ஆனால், இந்த ஒற்றுமைகள் யாவும் வெளிப்படையானவை. உள்ளுக்குள் மூளை என்பது வேறு சமாசாரம். லட்சம் கோடிக் கணக்கான டென்ட்ரைட்ஸ் என்னும் இணைப்புகள். அவற்றினிடையே சதா மாறிக் கொண்டிருக்கும் மின்சாரத் துணுக்குள். அவ்வளவு தான். அதனால் எந்த இடமும் இதுதான் மனசு என்று

சொல்லக்கூடிய தகுதி வாய்ந்தது இல்லை. சில பகுதிகள் சில செயல்பாடுகளைக் கட்டுப்படுத்துகின்றன. அதே போல் மூளையை வலது, இடது என்ற இரண்டு பகுதியாகப் பிரித்து ஒரு பகுதி உணர்ச்சி பூர்வமான செயல்களுக்கும் மற்ற பகுதி அறிவு பூர்வமான செயல்களுக்கும் ஏற்பட்டது என்று சொல்ல முடிகிறது. இருந்தும் மனம் என்பதைத் தேடும்போது தற்போதைய சிந்தனைகளில் கிரேக்க தத்துவ ஞானி கெலன் சொன்னபடி அதை மூளையின் மென்பொருள் (ஸாப்ட்வேர்) என்று சொல்லாலமா என்று முயல்கிறார்கள். மூளையின் சர்வ இயக்கத்தையும் கட்டுப்படுத்தும் அந்த ஆணைத் தொடர்கள் அந்த செய்முறை அட்டவணை, அதுதான் மனம் என்று சொல்லலாமா?

தன்னிலிருந்து பிறவற்றைப் பிரித்துப் பார்த்து சிந்திக்கும் தகுதி பாக்டீரியாவுக்குக் கூட இருக்கிறது. ஆனால், தன்னுணர்வு (கான்ஷியஸ்னஸ்) என்கிறார்களே, அது மனிதன், சில குரங் கினங்கள், பெரிய திமிங்கலம் போன்றவற்றுக்குத்தான் உள்ளது. மனிதர்கள் எப்படியோ உடலிலிருந்து அப்பாற்பட்ட மனத்தை உண்டாக்கிக் கொண்டு விட்டோம். அதனால்தான் உடலில் எந்தப் பாகத்துடனும் மனத்தைப் பொருத்திப் பார்க்க முடியவில்லை.

எப்படியோ நான் என்பதை நம் உடலிலிருந்து தனிப்படுத்தி விட்டோம்.

இந்தத் தகுதியினால் டெஸ்கார்ட்டஸ் சொன்ன மாதிரி 'நான் நினைக்கிறேன்; அதனால் நான் இருக்கிறேன். ' I think therefore I am! '

சிந்திக்கும் திறமை வாய்த்ததும் அதிலிருந்து ஒரு படி முன் னோக்கிப் போய் விட்டோம். சிந்தனா சக்தியிலிருந்து நம்மால் நாம் வெளிப்படையாக எண்ணிப் பார்க்க இயலாத சில சாத்தியங் களை உள்ளுணர்வின் மூலம், 'இன்ஸ்பிரேஷன்' என்று சொல்லக்கூடிய உந்து சக்தி மூலம் செய்து காட்டும் திறமையை எய்தி விட்டோம்.

சில அதிநுட்பமான பரவசக் கணங்களில் மனிதன் சாதாரணமாக அவன் உடலின் தடைகளால் சாதிக்க முடியாத காரியங்கள் சிலவற்றை உந்து சக்தி மூலம் சாதிக்கிறான்.

மனத்துக்கும் செயல்பாட்டுக்கும் நேரடித் தொடர்பு பெற்று, உடலின் பலவீனங்களை ஓரங்கட்ட, சில அபார சாதனைகளைச் செய்ய முடிகிறது.

ரேஸ் கார் ஓடும்போது மணிக்கு முன்னூறு கிலோ மீட்டர் வேகத்தில் எல்லையைக் கடந்த செயல்பாட்டால்தான் அத்தனை வேகத்தில் திருத்தங்கள் அமைத்து உயிர் தப்பிவிட முடியும். அதே போல விம்பிள்டன் போட்டிகளில் டென்னிஸ் ஆட்டக் காரர்களும் நன்றாக 'செட்' ஆகி விட்ட கிரிக்கெட் பாட்ஸ்மனும் அந்த அபார கணங்களில் பந்தை ஒரு கால்பந்து சைஸுக்கு பார்த்து அடிக்க முடிகிறது என்று சொல்கிறார்கள். எல். சுப்ர மணியம் வயலின் வாசிக்கும்போது சில சுர ஜதிகள் அவர் மனத்துக்கும் அந்த வாத்தியத்துக்கும் உள்ள நேரடித் தொடர்பு. அதே போல்தான் சதுரங்கத்தின் ஆனந்த் போன்றவர்கள் விளை யாடும்போது ஏற்படுவது.

இந்த உன்னதக் கணங்கள், பரவசக் கணங்கள் நம் எல்லோரது வாழ்க்கையிலும் இருக்கின்றன என்று சொல்கிறார்கள். நாம் நம்மை அறியாமல் செய்யும் பல தீரச் செயல்கள் இந்த ரகத்தில் அடங்கியவை.

இதை ஒரு விதமான போக்கு (ஃப்ளோ) என்கிறார்கள். மனதி லிருந்து செயலுக்கு, உடலின் தகுதிகளை மீறிய, நேரடியான தொடர்பு அல்லது ஆற்றொழுக்கு. அபாரமான கவிதை எழுதும் போது அல்லது விஸ்தாரமான சங்கீதம் அமைக்கும்போது ஏற்படும் மனித யத்தனத்தைக் கடந்த கொஞ்சம் தெய்வீகச் செயல் கொண்ட செயல். மூளை என்பது மாலிக்யுல் ரசாயன மின்சாரங்களின் கூட்டமைப்பாக இருக்கலாம். ஆனால், மனம் என்பது அதற்கு அப்பாற்பட்டது.

மனம் எங்கே இருக்கிறது?

19

சிலிக்கன் வாழ்க்கை

சிலிக்கன் வாழ்க்கை என்றொரு பதச் சேர்க்கை அறிவியல் உலகில் பிரசித்தம். உயிர் வாழும் அத்தனை ஜீவன்களும் கார்பன், நைட்ரஜன், பாஸ் பரஸ், ஹைட்ரஜன் வஸ்துக்களால் ஆனவை. இவற் றால் அமைக்கப்பட்ட பெரிய பெரிய மாலிக்யுல்கள் தாம் உயிரணுக்கள். ப்ரோட்டீன், நியூக்ளிக், அமிலம், மூலம் அவ்வளவுதான்.

ரசாயனப்படி நாம் 'காயமே இது பொய்யடா, காற்ற டைத்த பையடா' என்று சொல்வதற்குப் பதில் 'நீரடைத்த பையடா' என்று சொல்லலாம்.

உயிர் என்பது நீரில் ஹைட்ரோ கார்பன் மாலிக்யுல்கள் அவ்வளவுதான். நீரும் நானும், கோர்ப்பச்சேவும், பிரபாகரனும், சீதேவியும் அனைத்து ஜந்துக்களும்.

மாற்றாக வேறு உயிர் வடிவம், சாத்தியமான ஜுபிட் டர் கிரகத்தில் அம்மோனியா வாழ்க்கை சாத்தியம் என்று சொல்கிறார்கள். என்ன கொஞ்சம் சூடாக இருக்கும். ஆயிரக்கணக்கில் டிகிரிகள் சூடு. ஆனால், பெரும்பாலும் நாம் பார்த்த அளவுக்கு அண்மை கிரகங்களில் உயிர் வடிவ சாத்தியக் கூறுகள் இல்லை என்றே கண்டுபிடித்திருக் கிறார்கள். நம் சூரியக் குடும்பத்தை மீறின விண் வெளியில் வேற்றுக் கிரகங்களில் மாற்று உயிர் களைத் தேடுமுன் வீட்டிலேயே மாற்று உயிர்களை

அமைத்தால் என்ன என்று ஒரு கோஷ்டி யோசித்துக் கொண்டிருக்கிறது. அந்த மாற்று உயிர்தான் சிலிக்கன் வாழ்க்கை. இன்றைக்கு உலகில் உள்ள அத்தனை கணிப்பொறிகளிலும் இருக்கும் சின்னச் சின்ன சில்லுகள் சிலிக்கன் என்னும் தனிமத்தால் ஆனவை.

சிலிக்கனை மிகவும் சுத்தப்படுத்தி அதனுடன் பாஸ்பரஸ், ஆர்ஸனிக், இண்டியம் போன்ற சேர்க்கைகளை ஆவியடித்து ஸ்பெஷலாகத் தயாரித்த சிலிக்கன் துண்டில் மிக மிக நுணுக்கமாக மின் இணைப்புகளை வரைந்து கைக்குள் ஒரு கம்ப்யூட்டருக்கு உண்டான அத்தனை சமாசாரங்களையும் கொண்டு வந்து விட்டார்கள். நாற்பதுகளில் ஓர் அறை முழுவதும் அடைத்துக் கொண்டிருந்த கம்ப்யூட்டர் இன்று விரல் நுனிக்கு வந்து விட்டது. இந்த சிலிக்கன் சதுரங்களை வைத்துக் கொண்டு மனித உருவில் ரோபாட்களைக்கூட அமைக்க முடியும். அமைத்து அதற்கு மனிதனைப் போன்று பல சக்திகளைக் கொடுக்க முடியும். மனிதனைப் போலப் பேச வைக்க முடியும். பாட வைக்க, எழுத வைக்க முடியும். கணக்கிட வைக்க முடியும். நடக்க வைக்க, படிக்க வைக்க எல்லாம் முடியும். பின் என்ன? இதுதானே சிலிக்கன் வாழ்க்கை. புதிய உயிர்?

ஒரே ஒரு குறை. இந்த சிலிக்கன் மனிதனுக்குச் சில சிறிய விஷயங்களில் எல்லாம் தடுமாற்றம் ஏற்பட்டு விடும். மனிதனைப் போல் கோபிக்க முடியாது. தாபம், பரிதாபம், அழகுணர்ச்சி போன்றவை இல்லை. மேலும் மனிதனைப் போலத் தன்னைத் தானே இன விருத்தி செய்து கொள்ள முடியாது. மனிதனைப் போலவே பரிணாம மாற்றம் அடைந்து நாட்பட நாட்பட உன்னதங்கள் பெற முடியாது. மேலும் மனிதனை மீறவே முடியாது. மீறினால் சிருஷ்டித்தவன் அதை அழித்து விட முடியும். அதனால் சிலிக்கன் உயிர் என்பது நிஜமான உயிர் அன்று பாசாங்கு உயிர்தான்.

ரே ப்ராட்பரி என்னும் அருமையான விஞ்ஞானக் கதை எழுத்தாளர் ஒரு சிறுகதை எழுதியிருக்கிறார். ஒரு கணவனுக்குத் தன் மனைவி மேல் சந்தேகம். அவளைக் கொல்ல விரும்புகிறான். அதற்காக ஓர் ஏஜன்ஸியை அணுகுகிறான். நிறைய பணம் கொடுக்கிறான். அவர்கள் அவனுக்குத் துப்பாக்கி உட்பட எல்லா ஏற்பாடுகளையும் செய்து குறிப்பிட்ட சமயத்துக்கு மனைவியை

வரவழைத்து இருவருக்கும் வாக்குவாதம் உண்டாக்கி தக்க சமயத்தில் கோப உச்சியில் அவளைக் கொல்ல வைக்கிறார்கள். அதுவரை இது சாதாரணக் கதைதான். ஆனால், கொன்ற பின்தான் இது விஞ்ஞானக் கதை ஆகிறது. அவன் கொன்றது மனைவி யன்று; மனைவி வடிவத்தில் ஒரு ரோபாட்; மனைவி போலவே பேச்சு. நடை, உடை, பாவனை, சரசம், சோரம் எல்லாம் கொடுத்து அவளைப் போலவே வாக்குவாதம் செய்து வெறுப் பேற்றும் பொம்மை. அவளைக் கொல்லும் போது நிஜமாக ரத்தம் கூட வருகிறது. அத்தனை தத்ரூபமாக எலக்ட்ரானிக்ஸ் மூலம் அமைத்து அதையே தொழிலாக நடத்துகிறார்கள் அந்த ஏஜென்ஸிக்காரர்கள். அவனுக்குக் கோபம் அடங்கிப் போய், கொன்று விட்ட திருப்தி கிடைக்கிறது. தண்டனை கிடைப்ப தில்லை.

எத்தனை சௌகரியம் பாருங்கள். இந்த மாதிரி சிலிக்கன் மனைவியுடன் இருந்தால் வேளை வந்தபோது நாலு சாத்து சாத்தலாம்; குலாவலாம். உலாவலாம். வரதட்சணைக்காக எரிக்கலாம். என்ன? அவ்வப்போது பாட்டரி மாற்ற வேண்டி வரும். தண்டனை பயமில்லாத குற்றங்கள் அடுத்த நூற்றாண்டில் அதிகமாகப் போகின்றன என்று சொல்கிறார்கள். சிமுலேஷன் (Simulation) என்ற ஒரு பெரிய பிரிவில் இஷ்டப்படி ஏரோப்ளேன் ஓட்டி கீழே விழவும் முடியும். கார் நூறு மைல் வேகத்தில் ஓட்ட முடியும். சப்தம், குலுங்கல், மோதல் எல்லாம் தத்ரூபமாக இருக்கலாம். அதே போல் ஆப்பிரிக்கா போகாமலே ஆப்பிரிக்கக் காடுகளை நம் முன்னறையில் சிங்கத்தின் உறுமல் சகிதம் கொண்டு வர முடியும். சிங்கங்கள் நம் மேல் ரத்தமில்லாமல் பாய முடியும்.

உபத்திரவமில்லாத குற்ற ஜரிகையற்ற சந்தோஷங்கள் இந்த சிலிக்கன் வாழ்வில் சாத்தியமாகும்.

20

ஈ.எஸ்.பி.

ஈ.எஸ்.பி. என்று கேள்விப்பட்டிருப்பீர்கள். எக்ஸ்ட்ரா சென்சஸரி பர்ஸப்ஷன். புலன் புற உணர்வு என்று சொல்லலாம். ராஜீவ் காந்தி இறந்து போகப் போவதை ஒரு நாள் முன்பே தன் உள்ளுணர்வில் உணர்ந்ததாக ஒரு கோஷ்டியே இன்று சொல்லிக் கொண்டு அலைகிறது.

என் நண்பர் ஒருவர் தன் மனைவிக்கு இந்த ஈ.எஸ்.பி. இருப்பதாக நம்புகிறார். 'நான் மனசில் என்ன நினைச்சுக்கிட்டு இருந்தாலும் சொல்லிடறா ஸார்! அவகூட சிந்திக்கிறதே கஷ்டமா இருக்கு... அது மட்டும் இல்லை. அவள் அம்மாவுக்கும் அவளுக்கும் ஈ.எஸ்.பி. இருக்கிறது. போன் அடிக்கிறதுக்கு அஞ்சு நிமிஷத்துக்கு முன்னாடியே, எங்கம்மா போன் பண்ணப் போறா என்று சொல்வாள். தவறாம வரும்! இது ஈ.எஸ்.பி.யா இல்லையா ஸார்?'

இம்மாதிரி தின வாழ்க்கையில் பலவிதமாக அமானுஷ்யமான நிகழ்ச்சிகளைப் பலர் விவரிப்பதை நீங்கள் எல்லாரும் கேட்டிருக்கலாம். இந்த ஈ.எஸ்.பி., நாய், பூனை போன்ற சில அன்றாட ஜந்துக்களுக்கும் இருப்பதைக் கேள்விப்பட்டுள்ளேன். என் நண்பர் கிருஷ்ணசாமி, 'நம்ம சீஸர் இருக்கானே, அவன் இப்ப வீட்டிலதான் இருக்கான். நான் ஆபீஸ்ல ஸ்கூட்டரை ஸ்டார்ட் செய்த

உடனே காது இரண்டையும் தூக்கிண்டு வாசல்ல வந்து நின்னுருவான் ஸார்!'

'அப்படியா? தினம் அஞ்சு மணிக்கா?'

'இல்லை. தினம் நான் எப்ப கிளம்பறனோ அப்ப. சில நாள் ஓவர் டைம் பண்ணிட்டுப் புறப்படுவேன். அப்பகூட.'

'நீங்க ஆபீஸ்ல இருக்கறப்ப இங்கே காதைத் தூக்கறதை எப்படி கண்டுபிடிச்சீங்க?'

'அகஸ்மாத்தா என் மனைவி கவனிச்சா. அன்னிலிருந்து தினம் நோட் புஸ்தகத்தில் சீஸர் கதைத் தூக்கிய நேரங்கள் ஒழுங்காக தேதி வாரியா குறிச்சி வச்சிருக்கோம்.'

'இது ஈ.எஸ்.பி. இல்லையெனில் வேறு எது?'

இதை விஞ்ஞான ரீதியாக எப்படி விளக்குவது?

'ஈ.எஸ்.பி.'க்கு நீண்ட சரித்திரம் உள்ளது. நம் புராணங்களில் உப தேவதைகளுக்குக்கூட அவ்வப்போது ஈ.எஸ்.பி. இருந்திருக் கிறது. நான்காவது வேதமான அதர்வண வேதத்தில் ஈ.எஸ்.பி. முறைகள் இருப்பதாகச் சொல்கிறார்கள். கேரளாவில் மனத்தின் ரிமோட் கண்ட்ரோல் மூலம் ஈரப் புடவைகள் எரிவதும் கெட்ட வஸ்துக்கள் சொரிவதும் சாதாரணம்.

தொழில் முன்னேற்ற நாடுகளான இங்கிலாந்து தேசத்தில் கூட ஈ.எஸ்.பி.யை நம்புகின்ற பல பிரமுகர்கள் இருந்திருக்கிறார்கள். பரிணாம உயிரியல் தத்ததுவஞானி ஆல்பிரட் ரஸல் வாலஸ், வில்லியம் க்ரூக்ஸ், ரலே பிரபு போன்ற இயற்பியல் நிபுணர்கள், ஆலிவர் லாட்ஜ் போன்ற பெரும் புள்ளிகள் எல்லாம் நம்பி யிருக்கிறார்கள். ஸைக்கிக் ரிஸர்ச் என்ற துறையும் அதற்கான விஞ்ஞான ரீதியான கட்டுரைகள் கொண்ட பத்திரிகைகளும் உள்ளன. இன்றும் அவை பிரசித்தம். அமெரிக்கன் சொஸைட்டி ஃபார் ஸைக்கிக் ரிஸர்ச், பாரா சைக்காலஜிக்கல் ஃபவுண்டேஷன் போன்ற நிறுவனங்கள் இன்றும் சிறப்பாக உள்ளன.

ஈ.எஸ்.பி. என்பதை பாரா நார்மல் 'அசாதாரண' விஞ்ஞானம் என்கிறார்கள். சாதாரண இயற்பியல், வேதியியல், உயிரியல் விதிகளுக்கு அப்பாற்பட்ட அறிவியல் இது என்கிறார்கள். நிசமா?

எல்லாம் ரீல்!

இதுநாள் வரை - இதை நான் எழுதும் தேதி வரை அறிவியல் முறை களின்படி நிரூபிக்கப்படவில்லை. அறிவியல் ஒரு பொதுச் சொத்து. அதன் பரிசோதனை முறை விரும்புவது எல்லாம் இது ஒன்றே. யார் சொல்வதையும் உடனே நம்பாதே. நீயே சோதித்துப் பார்.

கிருஷ்ணசாமியின் நாய் காதைத் தூக்குகிறது என்றால் உன் நாயும் காதைத் தூக்கி ஆக வேண்டும். அப்போதுதான் அதை நம்பலாம். ஒரே ஜாதி நாய், ஒரே ஊர், ஒரே சீதோஷ்ணம், ஒரே... எல்லாம் என்ற அந்தப் பரிசோதனையின் களனை, சூழ்நிலையை மறு படியும் ஏற்படுத்துவதில் தயக்கமில்லை. ஆனால், அந்தப் பரிசோதனை ஒரு தனிப்பட்ட மனிதனுக்கு மட்டுமன்றி, எல்லாருக்கும் நிகழ வேண்டும்.

'மறுமுறைத் தன்மை' (Reproducibility) என்பது அறிவியலுக்கு மிக முக்கியம். உனக்கென்று ஒரு விதி எனக்கென்று ஒரு விதி என்று ஏதேனும் தென்பட்டால் அந்த விதியைச் சோதித்துப் பார்த்த சூழ்நிலை தவறு.

இப்படிப் பார்த்தால் விஞ்ஞானப்படி கிருஷ்ணசாமி தன் நாய் காதைத் தூக்குகிறது என்று நம்ப விரும்புகிறார்கள். அதற்கேற்ப அவர்கள் புள்ளி விவரம் தயாரித்து உங்களையும் நம்ப வைக்க முயற்சி செய்கிறார்கள்.

1970களில் யுரி கெல்லர் (Uri Geller) என்பவர் சைக்கோ கினஸிஸ் என்கிற முறைப்படி ஒரு ஸ்பூனை முறைத்துப் பார்த்தே அதை வளைக்கிறதையும், ஒரு கடிகாரத்தை வெறித்துப் பார்த்தே நிறுத்துவதையும் செய்து காட்டினார். ஸ்டான்போர்டு ஆராய்ச்சிக் கழகத்தின் அறிவியல் நிபுணர்களுக்குச் சவால் வைத்தார்.

அந்தப் பரிசோதனைகளின் போது சில மாஜிக் நிபுணர்களை ஒளிந்திருந்து பார்க்க ஏற்பாடு செய்தார்கள். ஸ்பூன் வளைந்தது. கடிகாரம் நின்றது. ஆனால், மாஜிக் நிபுணர்கள், இது மனச் சக்தியுமில்லை. ஒரு புடலங்காயுமில்லை. சாதாரணமான மாஜிக் முறை என்று நிரூபித்து விட்டார்கள்.

இருந்தும் இன்று கெல்லரின் சக்தியை நம்புபவர்களும் இருக்கத் தான் செய்கிறார்கள். இன்று சாயி பாபாவை நம்பும் விஞ்ஞானி

கள் இருப்பது போல். நாம் நம்புவது மட்டும் இல்லை. நம்ப விரும்புவதும் நிறைய இருக்கிறது.

எத்தனை விஷயங்களை நம்ப விரும்புகிறோம்? படி அரிசி ஒரு ரூபாய்க்குக் கிடைக்கப் போகிறது என்று நம்ப விரும்புகிறோம். ஏழைமை ஒழியப் போகிறது. பஸ் ஸ்டாண்டில் பிச்சை எடுப்பவர்கள் மாயமாய் மறையப் போகிறார்கள். நம் குழந்தைகள் அனைவரும் மூக்கு ஒழுகாமல் பள்ளிக்கடம் போய் காற்றோட்டமான வகுப்புகளில் கற்றுக் கொள்ளப் போகிறார்கள் என்று நம்ப விரும்புகிறோம்.

அது போலத்தான் ஈ.எஸ்.பி.! ரோமானியர் காலத்திலிருந்து ஒரு சொலவடை உண்டு. மக்கள் ஏமாற விரும்புகிறார்கள் - ஏமாறட்டும்!

கற்பனைக்கும் அப்பால் ○ 79

21

உடலின் எரிபொருள்

நாம் எல்லாரும் மெல்ல எரிந்து கொண்டிருக் கிறோம். ஒரு தீ போல!

நம் உடலின் பெரும்பாலான மாலிக்யுல் கூட்டணுக் கள் பாதிக்கு மேல் பதினைந்து நாள்களில் புதுப்பிக் கப்படுகின்றன. நம் உடலின் எலும்புகளில் உள்ள கால்சியம் நான்கு வருஷத்தில் பாதிக்கு மேல் புதுசாகிறது. 86 நாள்களில் நம் தசை நார்களிலும் மூளையிலும் உள்ள புரோட்டீன் வஸ்துக்கள் அனைத்தும் தீர்ந்து போகின்றன. சுவாசப் பைகளில் உள்ள புரோட்டீன்கள் 43 நாட்களில். வயிற்றில் உள்ள புரோட்டீன்கள் 12 நாள்களில். எலும்பின் கால்சியத் துக்கு வாழ்வு 14 வருஷம். ஆரோக்கியமான உடலில் எல்லாமே இவ்வாறு காலப்போக்கில் நீக்கப்பட்டுப் புதுப்பிக்கப்படுகிறது. நம் ரத்தத்தில் உள்ள சிவப்பு அணுக்கள் ஒரு செகண்டுக்கு 30 லட்சம் புதுப்பிக்கப் படுகின்றன.

எல்லா உயிரினங்களிலும் இந்தப் புதுப்பித்தல் உண்டு. இப்படிப் பார்த்தால் நாம் எல்லாரும் எரியும் நெருப்பு போலத்தான். எரிபொருளும் காற்றில் உள்ள ஆக்ஸிஜன் பிராண வாயுவும் சேரும்போது நெருப்பு எரிகிறது. ஜுவாலைகள் நீடிக்கின்றன. சக்தியும் சாம்பலும் வெளிப்படுகின்றன. மனிதர்கள் மெல்ல எரிகிறோம். ஆனால் அதே விதம் நாம் அதிக உஷ்ணத்தில் எரிவதில்லை. உடல் உஷ்ணத்தில்

'என்ஸைம்' என்று சொல்லப்படும் காட்டலிஸ்ட் கிரியா ஊக்கப் பொருள்களின் உதவியுடன் எரிக்கிறோம். தான் மாறாமல் மற்றவற்றை ரசாயன ரீதியில் மாற்றும் பொருள்கள் இந்த காட்டலிஸ்ட்கள். இவற்றின் ஊக்க சக்தி இல்லையேல் நம்மால் ஜீவித்திருக்க முடியாது.

நம் ஒரு 'செல்' உயிரணுவுக்குள் பத்தாயிரம் என்ஸைம் கூட்டணுக்கள், சுமார் ஆயிரத்திலிருந்து இரண்டாயிரம் ரசாயன மாற்றங்கள் செய்கின்றன.

உடலின் எரிபொருள்? கார்போ ஹைட்ரேட் என்னும் சர்க்கரை, கொழுப்பு சத்து இவை தொடர்ந்து என்ஸைம் சம்பந்தப்பட்ட ரசாயன மாறுதல்கள் மூலம் கார்பன்-டை-ஆக்ஸைடாக மாறு வதற்கு சுவாசக் காற்றில் உள்ள பிராண வாயு பயன்படுகிறது. இதற்கு முன் ஏ.டி.பி. (அடினோஸின் ட்ரைபாஸ்பேட்) என்னும் சர்வ சிக்கலான வஸ்துவாக மாறுதல் பெற்று, நம் உடலின் ஆதார சக்தி மாற்றங்களுக்கு உதவுகிறது. அடுத்த முறை நீங்கள் படி ஏறும் போதோ அல்லது எழுதும் போதோ அல்லது நடக்கும் போதோ, ஓடும் போதோ அதற்கு உண்டான சக்தி மாற்றத்துக்குக் காரணமான ஏ.டி.பி.யை நினைவு கொள்ளுங்கள்.

இதுதான் நம் சுவாசம். உயிரினங்களின் சக்தி மற்றும் செயல் பாடுகளுக்கு உதவுவது இரண்டு.

ஒன்று சுவாசம். மற்றது ஒளிச் சேர்க்கை.

ஃபோட்டோ சின்தஸிஸ். தாவரங்கள் இந்த ஒளிச் சேர்க்கை மூலம் சூரிய ஒளியுடன் கார்பன்-டை-ஆக்ஸைடு நீர் மற்றும் சில மினரல் பதார்த்தங்களோடு தம்மைத் தாமே புதுப்பித்துக் கொள்கின்றன. இவ்வாறு புதுப்பிக்கப்பட்ட தாவரங்களை உண்டு மிருகங்கள் வாழ்கின்றன. சிறிய மிருகங்களைப் பெரிய மிருகங்கள் உண்டு வாழ்கின்றன. மிருகங்களையும், தாவரங் களையும் உண்டு மனிதன் வாழ்கிறான்.

எல்லாமே சூரிய சக்திதான்! சூரிய சக்தியை இம்மாதிரி துணுக்கு களாகப் பிரித்துக் கொண்டு சிறுகச் சிறுக அந்தச் சக்தியைப் பல்வேறு மனிதச் செயல்களாக வெளிப்படுத்துகிறோம். நாம் எல்லாரும் சூரிய நெருப்பின் உப நெருப்புகள். சூரிய நெருப்பை வாங்கி நம்மை எரித்துக் கொள்ளும் சுக நெருப்புகள்.

22

வீட்டில் அலுவலகம்

எதிர்காலத்தில் நீங்கள் யாரும் ஆபீசுக்குப் போக வேண்டாம். ஒரு டெலிபோன், ஒரு கணிப்பொறி போதும். வீட்டில் அலுவலகம் (Home Office) என்கிற சித்தாந்தம் இன்று அமெரிக்காவில் பரவிக் கொண்டு வருகிறது. இன்றைய தினம் மொத்தம் மூன்றரை கோடி பேர் வீட்டை விட்டு நகராமல் ஆபீஸ் நடத்துகிறார்கள். 1994இல் ஐந்து கோடி பேர் வீட்டில் இருக்கப் போகிறார்கள். அடுத்த நூற்றாண்டு தொடங்குமுன் அமெரிக்காவில் பாதிப் பேர் வீட்டை விட்டு நகராமலே ஆபீஸ் பரிபாலனம் செய்யப் போகிறார்கள் என்று ஹேஷ்யம் சொல்கிறார்கள். இது எதனால்? டெக்னாலஜி. பர்ஸனல் கம்ப்யூட்டர் என்னும் சொந்தக் கணிப்பொறி சின்னதாக மடியில் வைத்துக் கொள்ளும் அளவுக்கு, ஏன் - கைக்குள் அடங்கும் டயரி அளவுக்கு வந்து விட்டது. Fax என்று சொல்கிறார்களே, தொலைக்கடித இயந்திரம், இதுவும் சின்னதாகப் போய், தபால் ஆபீசின் உதவியில்லாமலேயே டெலிபோன் கம்பிகள் மூலம் கடிதங்கள் அனுப்ப முடியும். போன்தான் இருக்கவே இருக்கிறது. விரல் நுனியில் உலகத்தின் எந்த மூலைக்கும் பேச முடியும். ஆபீசுக்குப் போனால் நாம் எல்லாரும் என்ன வேலை பார்க்கிறோம்?

அன்று காலை தபால் பார்க்கிறோம். மேலதிகாரி டெலிபோனில் கூப்பிடுவார். சில சமயம் நேரே வரச் சொல்வார். பிறகு ஆபீசில் ஃபைல் கோப்புகளைப் பார்க்க வேண்டும். கடிதம் எழுத வேண்டும். ஊழியர்களுடன் பேச வேண்டும். வெளியுலகத்தில் உள்ள மற்ற நிறுவனங்களுக்குக் கடிதங்கள் எழுத வேண்டும். நடு நடுவே டீ சாப்பிட வேண்டும். காப்பி சாப்பிட வேண்டும். காண்டீனில் போய் சாப்பாடு, கொஞ்சம் அரட்டை... கொஞ்சம் தூக்கம்.

இது எல்லாமே இன்றைய டெக்னாலஜியில் வீட்டை விட்டு ஓர் இன்ச் நகராமல் சாத்தியம். முதலிலிருந்து பார்க்கலாம். அன்றைய தபால்... உங்கள் அலுவலகம் தபால் கடிதங்கள் எல்லாவற்றையும் வாங்கி உங்கள் சம்பந்தப்பட்டதை மட்டும் ஃபாக்ஸ் மூலம் உங்கள் வீட்டுக்கு அனுப்பிவிட முடியும். அதற்கு உங்கள் டெலிபோன் இணைப்பையே பயன்படுத்தலாம். ஃபாக்ஸ் இயந்திரம் ஒரு நவீன விந்தை. காகிதத்தில் எழுதியிருப்பதை ஒளிக் கற்றையால் வருடி அந்தக் கறுப்பு வெளுப்பு வித்தியாசங்களை மின்சாரத் துணுக்குகளாக்கி டெலிபோன் இணைப்பில் அனுப்பி தூரத்தில் உள்ள இயந்திரம் இந்தத் துணுக்குகளை மின்சார உணர்ச்சி தடவப்பட்ட காகிதத்தில் எழுதிக் கொடுக்கிறது. இன்றைய ஃபாக்ஸ் இயந்திரத்தில் தனிப்பட்டது, இந்த மின் காகிதத்திலும் அச்சடிக்கக் கூடிய ஃபாக்ஸ் இயந்திரங்கள் இப்போது வரத் தொடங்கி விட்டன. அதே போல் கலர் ஃபாக்ஸும்.

அடுத்து மேலதிகாரியுடன் பேச போன் இருக்கவே இருக்கிறது. நேரில் பேச வேண்டுமெனில் அவர் ஆபீசுக்குப் போகாமல் வீட்டிலிருந்து பேச டெலி கான்ஃப்ரன்ஸிங் (Tele Conferencing) என்கிற சாதனம் வந்திருக்கிறது. உங்கள் முன் ஒரு சின்ன வீடியோ காமிரா. உங்கள் முகம் அவர் கம்ப்யூட்டர் திரையிலும் அவர் முகம் உங்கள் திரையிலும். முன்பெல்லாம் வீடியோ பிம்பங்களை அனுப்ப பிரத்தியேகமான கேபிள் இணைப்புகள் தேவைப்பட்டன. இப்போது சாமர்த்தியமாக டேட்டா கம்ப் ரெஷன் என்று சொல்லப்படும் முறைகளைக் கொண்டு டெலி போன் கம்பிகளிலேயே உங்கள் முக பிம்பங்களையும் அனுப்பும் திறமை வந்து கொண்டிருக்கிறது. என்ன, வேகமாக மாறும் கோல் பந்தாட்டக் காட்சிகளை அனுப்ப முடியாது. ஆனால்,

கற்பனைக்கும் அப்பால் ○ 83

பின்னணியில் அதிகம் மாறாத, உதடு மட்டும் அசையும் பேச்சாளரின் பொம்மையை அனுப்ப இயலும்.

ஆபீசில் நீங்கள் எழுதும் கடிதங்களை நீங்களே 'டிக்டேட்' செய்யலாம். உங்கள் குரலை அடையாளம் கண்டு கொண்டு வார்த்தைகளாகப் பிரித்து அதை டைப் அடித்துக் கொடுக்கக் கூடிய திறமை இன்று கம்ப்யூட்டருக்கு வந்து கொண்டிருக்கிறது. அல்லது உங்கள் கடிதத்தை நீங்களே கணிப்பொறியின் திரையைப் பார்த்து அதன் விசைப் பலகையில் அடித்து அமைக்கவும் முடியும். இதற்கான சொல் தொகுப்பு வசதியும் கணிப் பொறிகளில் உண்டு. அடித்துத் திருத்தப்பட்ட கடிதத்தை Fax மூலம் அனுப்பவும் முடியும்.

ஆபீசில் உள்ள கோப்புகளை அலமாரி அலமாரியாக ரூம் ரூமாகச் சேர்ந்து வைக்க வேண்டிய அவசியம் இல்லை.

Compact Disc என்று சொல்கிறார்களே... லேசர் ஒளித் தகடு. லட்சக் கணக்கான கடிதங்களில் உள்ள சமாச்சாரங்களை எழுதிக் கொள்ளும் வசதியும்கூட வந்து விட்டது. இதை WORM என்கிறார்கள். Write Once Read Many Times ஒரு முறை எழுதி பலமுறை படிக்கும் சாதனம். இந்த மாதிரி தகடுகளைப் பயன்படுத்தினால் கன்னிமரா போன்ற நூலகத்தில் உள்ள அனைத்துப் புத்தகங்களையும் எட்டு அல்லது பத்து தகடுகளில் எழுதிவிட முடியும்.

ஆபீஸ் பழைய ஃபைல்களில் உள்ளதை எல்லாம் வரவழைத்துப் பார்க்க Document Imaging என்கிற புதிய இயல் வந்திருக்கிறது.

இன்றைக்கு சுமார் 2500 டாலர் கொடுத்தால் Canon கம்பெனியின் நேவிகேட்டர் என்னும் பெட்டியை நீங்கள் வாங்கலாம்.

'நேவிகேட்டர்' என்பது ஒரு சிறிய மேசைக் கணிப்பொறி. ஒரு தொலைபேசி, ஒரு 'பதில் சொல்லி', ஒரு ஃபாக்ஸ் இயந்திரம், ஓர் அச்சியந்திரம், ஒரு 10 இன்ச் டெலிவிஷன் திரை. இது போதும் அலுவலகத்தை வீட்டுக்குள் கொண்டு வந்து விட.

இதனால் ஏற்படக் கூடிய சிக்கனங்கள் அளவில்லாதவை. ஆபீசுக்குப் போகும் பெட்ரோல் மிச்சமாகும். பஸ்களில் கூட்டமிராது. நகரங்களில் போக்குவரத்து நெரிசலைக் குறைக்கலாம். Pollution, சூழ்நிலை நாசம் குறையும்.

குளிர்காலத்தில் அலுவலுக்கு நீங்கள் செல்ல வேண்டாம். அலுவல் உங்கள் வீட்டுக்கு வந்து சேரும்.

ஒரே ஒரு சிக்கல். நாள் முழுவதும் மனைவியுடனேயே இருக்க வேண்டும்.

23. உயிரின் ரகசியம்

உயிரின் ரகசியம் என்ன என்று பலர் பல சந்தர்ப்பங் களில் கேட்டிருக்கிறார்கள். இக்கேள்வியை அறிவி யலாளர்கள், தத்துவ ஞானிகள், சமயவாதிகள் எல் லாரும் கேட்கிறார்கள்

. இதற்குப் பதில் சொல்லும் வகையில் லையால் வாட்ஸன் 'ஸூப்பர் நேச்சர்' என்று ஒரு புத்தகம் எழுதியிருக்கிறார்.

சுவாரஸ்யமான புத்தகம். ஜோஸ்யம், பேய் பிசாசு கள், டெலிபதி எல்லாமே இருக்கலாம் என்று நிரூ பிக்க முயன்றிருக்கிறார். அந்தப் புத்தகத்திலுள்ள கருத்துகளுடன் பலருக்குச் சம்மதமில்லாமல் இருக் கலாம். ஆனால், படிக்க சுவாரஸ்யமான புத்தகம்... புத்தகத்தில் எனக்குப் பிடித்த ஒரு பகுதியை மட்டும் சொல்கிறேன்.

பூமியின் உயிர் என்பது எல்லாவற்றிற்கும் பொதுவான ஒன்று. உயிர் என்று தொடர்ந்து இருக்கும் ஒரு முழு மையின் வடிவங்கள் தாம் நாம் யாவரும். ஒரு ரோஜாவோ, ராபின் பறவையோ அல்லது ராமச் சந்திரனோ எல்லாம் ஒன்றுதான். ஒரே ஆதாரப் பொருள்களின் வடிவங்கள்தாம்.

இயற்கையில் மொத்தம் 92 தனிமங்கள் உள்ளன. தனிமம் என்று நாம் சொல்வது இரும்பு, அலுமினி யம், சிலிக்கன், ஈயம் போன்ற பொருள்கள். இந்தத்

தொண்ணூற்றி இரண்டிலும் பதினாறுதான் உயிர்வாழ் ஜந்துக்களை அமைக்கப் பயன்படுகின்றன. இந்தப் பதினாறிலும் கார்பன் - கரி அதுதான் மிக அதிகமாகப் பயன்படுகிறது.

காரணம், கார்பனின் ரசாயன அமைப்பு. அது பல வடிவங்களில் பல விதங்களில் மற்ற பொருள்களுடன் எளிதாகச் சேர்ந்து சிக்கலான கூட்டணுக்கள், மாலிக்யுல்களை அமைக்க முடியும். இவ்வாறு அமையக் கூடிய ஆயிரக்கணக்கான கூட்டணுக்களில் இருபத்திரண்டு கூட்டணுக்கள்தான் உயிருக்கு முக்கியம். அவற்றை அமினோ அமிலங்கள் என்று சொல்கிறார்கள்.

இந்த அமினோ அமிலங்களை வைத்து ப்ரோட்டீன்களை உயிர்கள் தயாரிக்கின்றன. சரியான சமயத்தில் சரியான ப்ரோட்டீன்களைத் தயாரிப்பதுதான் நாம் உயிர் வாழ்வதன் ரகசியம். இந்தப் ப்ரோட்டீன் தயாரிப்புக்கு உண்டான செயல்முறை ஜெனட்டிக் கோடு என்று ஒரு விதமான சங்கேத பாஷையில் எழுதி வைப்பதற்கு நான்கு கூட்டணுக்களேதான் பயன்படுகின்றன. நியூக்ளியோடைடு என்ற இந்நான்கு. எனவே உயிரின் ரகசியம் முழுவதும் இந்த நான்கு எழுத்துக்களால் எழுதப்பட்ட தொடர்கதை. ஒரு பாக்டீரியாவுக்கும் இதுதான். ஜனாதிபதிக்கும் இஃதே.

நம் உயிர் வாழ்தலின் அத்தனை செயல்களும் தெர்மோ டைனமிக்ஸின் இரண்டாவது விதிப்படிதான் நடைபெறுகின்றன. இது என்ன விதி? பிரபஞ்சத்தில் உள்ள அனைத்துச் செயல்பாடுகளும் ஒழுங்கிலிருந்து ஒழுங்கற்ற தன்மைக்கு மாறிக் கொண்டிருக்கின்றன என்பதுதான் இந்த விதி. பரிபூர்ணக் குழப்பம். அதை நோக்கித்தான் பிரபஞ்சம் போய்க் கொண்டிருக்கிறது. ஆனால், உயிர்வாழ் ஜந்துக்களின் அமைப்பைக் கவனித்தால் தென்படுவது ஒழுங்கான கட்டட அமைப்புத்தான். அதனால் உயிர் வாழ இந்த ஒழுங்கமைப்புக்காக நாம் பிரபஞ்சத்தில் மற்றோர் இடத்தில் குழப்பத்தை அதிகரித்துத்தான் சாதிக்கிறோம். நாம் எல்லாரும் ஒரு விதமான 'லோக்கல்' ஒழுங்கமைப்புகள்.

இந்த ஒழுங்கமைப்புக்குச் சுற்றுப்புறத்தில் இருந்து சக்தியைக் கிரகிக்கிறோம். உயிர் வாழ்வது என்பதே நமக்கும் நம் சுற்றுப் புறத்துக்கும் ஏற்படும் சக்திப் பண்டமாற்றம். அதை 'ஒரு திறந்த தெர்மோ டைனமிக் விளைவு' என்கிறார்கள்.

சுற்றுப்புறத்தில் உள்ள காற்றைச் சுவாசித்து சுற்றுப்புறத்தில் உள்ள தாவரங்களையும் பிராணிகளையும் உட்கொண்டு

அவற்றை ப்ரோட்டீன்களாக மாற்றும் ரசாயன விந்தை நாம். இந்த வகையில் நாம் செல்கள் அனைத்தையும் புதுப்பித்துக் கொண்டே இருக்கிறோம். தினம் பிறந்து தினம் இறந்து கொண்டிருக்கிறோம்.

இதுதான் உயிர் வாழ்தலில் நமக்கும் நம் சூழலுக்கும் உள்ள தொடர்பு. சிநேகிதம், பரிமாற்றம். நாம் ஒரு முழுமையின் அங்கங்கள். ஒன்றுக்கொன்று சிக்கலான உறவு கொண்ட அங்கங்கள். அந்த முழுமைதான் என்ன? அதை 'ஸூப்பர் நேச்சர்' என்கிறார் வாட்ஸன்.

ஒரு புல்லிதழ் அசையும்போது, இந்தப் பிரபஞ்சமே அசைகிறது என்று சொல்வதை அறிவியலின்படி நிரூபித்துக் காட்ட முடியும். உயிரற்றவைக்கும் உயிருள்ளவைக்கும் என்ன வித்தியாசம்? எல்லாம் அணுக்களின் கூட்டமைப்புகள்தான். அணுக்கள் என்பது எலக்ட்ரான் போன்ற துகள்களால் ஆனது. இந்தத் துகள்களையும் நுட்பமாக நோக்கினால் அவை மின்சாரக் குஞ்சுகள் மற்றபடி பெரும்பாலும் வெட்டவெளிதான்.

நம் உடம்பில் உள்ள வெட்டவெளிகளை நீக்கி நம்மைச் சுருக்கினால் மொத்தம் ஒரு பட்டாணி அளவுதான் இருப்போம். நாம் எல்லாருமே காலி மனிதர்கள். மின்காந்த அணுக்கரு சக்திகளால் ஒட்ட வைக்கப்பட்டு திடகாத்திரமாகத் தோன்றும் பிரமைகள். உயிர் வாழ மனிதர்களும் உயிரில்லாதவையும் ஆதார அணுக் கட்டட லெவலில் ஒன்றே.

ஒரே ஒரு வித்தியாசம். உயிர் வாழ் இனங்களின் கூட்டணுக்கள் கொஞ்சம் அதிகப்படியாக ஒழுங்கானவை. பெரியவை. தன்னைத் தானே இரட்டித்துக் கொள்ள வல்லவை. பிரபஞ்சத்தின் தெர்மோ டைனமிக்ஸ் குழப்ப நீக்கம் செய்து தன்னை ஒழுங்கமைத்துக் கொள்ளும் விதியைத் தனக்குள் எழுதி வைத்துக் கொண்டவை. எப்போதும் புதுப்பித்துக் கொண்டு மாற்றிக் கொண்டு இருப்பவை. உயிரிலா இனங்கள் மாறுதல் இல்லாதவை. மாறுதல்தான் உயிர்.

24
கடவுள் பற்றி...

கடவுள் இருக்கிறார் என்பதை அறிவியல் ரீதியாக நிரூபிக்க முடியுமா? என்று என்னைப் பலர் கேட்டிருக்கிறார்கள். பெரும்பாலான அறிவியலுக்குக் கடவுள் தத்துவத்தின் தேவையே இல்லைதான். அன்றாட அறிவியலுக்கு, மோட்டார் வாகனங்களும் ஆகாய விமானங்களும் செலுத்துவதற்கு, கம்ப்யூட்டர்கள் செயல்படுவதற்கு, இயந்திரங்கள் ஓடுவதற்கு அவற்றுக்கெல்லாம் கடவுளோ, ஆயுத பூஜைகளோ தேவையில்லைதான். இவை அனைத்தும் இயற்பியல், வேதியியல் விதிகளின்படி வழுவாமல், கடவுள் இருக்கிறாரா இல்லையா என்பதுடன் சம்பந்தமில்லாமல் நடந்து கொண்டிருக்கின்றன. இந்த விதிகளை எல்லாம் யார் அமைத்தார்கள் என்றால், அந்த ஆசாமியை யார் அமைத்தார் என்கிற கேள்வி உடனே எழும். இந்த விதிகளை, பிரபஞ்சத்துக்கு முந்தியே, பிரபஞ்சத்தில் உண்மை எனத் தோன்றுவதற்கு முன்பே விதிகள் இருந்தனவா என்று ஏன் கேட்கவில்லையென்றால் மறுபடி யாவும் சௌகரியம்தான். அணுக் கருவுக்குள் உள்ள எலக்ட்ரானிலும் நுட்பமான துகள்களின் இயற்கையை ஆராயும்போது அதன் உண்மை என்பது நம்மை மீறிப் போகிறது. அதே போல் பிரபஞ்சத்தின் ஆரம்ப மைக்ரோ செகண்டுகளை ஆராயும்போது கொஞ்சம் உதைக்கிறது. இதைப் பற்றி முன்பு ஒரு கட்டுரையில் சொன்னோம்.

மற்றபடி கடவுளுக்குத் தேவையே இல்லை.

இருந்தும் மனித சரித்திரத்தின் அத்தனை சிந்தனைகளையும் கடவுள் தத்துவம் நிச்சயம் ஆக்கிரமித்திருக்கிறது. உயிர்களின் பிரபஞ்சத்தின் சிருஷ்டி கர்த்தர் என்று ஒருவரை அல்லது ஒன்றை விவரித்து உபாசிக்கும் பழக்கம் அனைவருக்கும் இருந்திருக் கிறது. அந்தக் கடவுள் இருக்கிறார், இல்லையென்று நிரூபிக்க இயலுமா பார்க்கலாம்.

நாஸ்திகர்கள் அனைவரும் கடவுள் என்பது என்ன என்று சொல், இல்லை என்று நிரூபித்துக் காட்டுகிறேன் என்கிறார்கள். இது சுலபம். கல்லா? கல்லில்லை என்று நிரூபிக்கிறேன். மண்ணா? மண்ணில்லை என்று நிரூபிக்கிறேன். காற்றா? அதுவும் இல்லை. இராமனா, கிருஷ்ணனா என்ன என்று சொல். இல்லை என்று நிரூபிக்க இயலும். பெரியார் போன்றோரின் வாதங்கள் யாவும் பகுத்தறிவின்பாற்பட்டவை. கடவுள் என்று எதைச் சொன் னாலும் இல்லை என்று நிரூபிக்கக் கூடிய சக்தி படைத்தவை. அதற்கு எதிராக ஆஸ்திகர்கள், கடவுள் நம்பிக்கை உள்ளவர்கள் சொல்லும் வாதம் இது. கடவுளை விவரிக்க முடிந்தால்தானே உம்மால் இல்லையென்று நிரூபிக்க முடியும்? கடவுளின் சரியான விவரணை அடையாளம் இதுவரை மனிதனால் தரப்பட வில்லை. ஒரு வஸ்து இல்லை என்று நிரூபிக்க அதன் வருணனை முதலில் வேண்டும். அதனால், இன்னும் கடவுள் இல்லை என்று நிரூபிக்க நேரம் வரவில்லை.

கடவுள் பற்றி வருணனை இல்லாமல் இல்லை. எல்லா மதங் களும் கடவுளை வர்ணிக்கின்றன. மிகுந்த கருணையுள்ளவர், எல்லாம் தெரிந்தவர், எங்கும் இருப்பவர், எப்போதும் இருப்பவர் என்றெல்லாம் பல விதமான வருணனைகள் இருக் கின்றன. இந்து மதத்தில் மட்டுமின்றி மற்ற பல மதங்களிலும் ஒவ்வொரு செயலுக்கும் ஒரு கடவுள் இருக்கிறார். மழைக்காக ஒரு கடவுள், வீரத்துக்கு ஒருத்தர், சிருஷ்டிக்கு ஒருத்தர், அழித்த லுக்கு ஒருத்தர், காத்தலுக்கு ஒருத்தர் என்று பல கடவுள்களையும் பேசுகின்றனர். கடவுள் என்பது இந்த அத்தனை குணங்களின் ஒட்டு மொத்தமான வடிவம் என்று யாராவது சொன்னால் அது மட்டும்தானா, அதற்கு மேலுமா என்று கேள்வி எழும். முழுவது மான கடவுளை வருணிக்க அத்தனை குணங்களும் போதுமா என்ற கேள்வி வரும்.

கடவுள் ஒருவரே என்று சொல்வோர் அவருக்கு இந்தக் குணங்கள் அனைத்தையும் தருகிறார்கள். மிகுந்த ஞானமுள்ளவர், அறிவுள்ளவர், எங்கும் பரந்தவர். அவ்வப்போது ஒரு கிறிஸ்து வாகவோ, கிருஷ்ணனாகவோ வடிவம் பெற்றாலும் அவருக்கு முதலும் முடிவுமில்லை. இவ்வாறு அவருக்குத் தரப்படும் குணாதி சயங்கள் சாத்தியமானவையா, ஒன்றுக்கொன்று முரண்பாடுள் ளவையா என்று பரிசோதித்துப் பார்க்க முடியாது. ஆனால் கடவுள் இருக்கிறார் என்று தர்க்க ரீதியில் நிரூபிக்க புனித ஆன்செல்ம், டெஸ்கார்ட்டெஸ் ஆகிய இருவர் முயன்றிருக்கிறார்கள். இந்த வாதம் சரிதானா என்று நீங்களே யோசித்துப் பார்க்கலாம்.

கடவுள் இருந்தால் அவரை மீறிய, அவரை மிஞ்சின குணாதி சயங்கள் உள்ள ஒருவரைக் கற்பனை செய்ய முடியாது. கடவுள் அத்தனை ஆதர்சமானவர். அத்தனை ஆதர்ச பிரஜை. அப்படிப் பட்ட கடவுள் இல்லையென்றால் அவர் கற்பனையென்றால் அவர் ஆதர்ச பிரஜையாக இருக்க முடியது. ஏனெனில், ஆதர்ச குணங்களில் ஒன்று 'இருப்பது' எக்ஸிஸ்டன்ஸ். அதனால் கடவுள் இருக்கிறார். அவரை அப்படி அறுதியிடும் செயலே அவர் இருந்தாக வேண்டும் என்று கட்டாயப்படுத்துகிறது.

கொஞ்சம் தலை சுற்றுகிறது அல்லவா? நிதானமாக ஒரு தம்ளர் தண்ணீர் குடித்து விட்டு மௌன சூழ்நிலையில் இரவில் யோசித்துப் பாருங்கள். இது வறட்டு வேதாந்தம் இல்லை. ஏ.ஜே. அயர் என்னும் நவீன தத்துவ ஞானியின் புத்தகத்தில் இருக்கும் விவாதம். மறுபடி பாருங்கள்.

1. கடவுள் ஓர் ஆதர்ச பிரஜை.

2. ஆதர்ச பிரஜைக்கு ஆதர்ச குணங்கள் வேண்டும்.

3. அந்த ஆதர்ச குணங்களில் ஒன்று. இருப்பது. நிலைபெற் றிருப்பது.

4. எனவே கடவுள் இருக்கிறார்.

இதில் தவறு உள்ளதா என்று யோசித்து வைக்கவும்.

நானும் பிறகு இதன் எதிர் வாதத்தைத் தந்து என் கருத்தையும் சொல்கிறேன்.

25

மேலும் கடவுளைப் பற்றி...

கடவுள் ஆதர்ச பிரஜை. ஆதர்ச குணங்களில் ஒன்று இருப்பது. எனவே கடவுள் இருக்கிறார் என்கிற போக்கில் செல்லும் வாதத்தின் தர்க்கக் குறை என்ன என்று இப்போது சொல்லலாம். இன்றுவரை பல தத்துவ ஞானிகள் இந்த வாதத்தினை ஒப்புக் கொண்டு விட்டாலும் அதில் பிழை இருக்கிறது.

இம்மானுவெல் காண்ட் (Kant) ஒரு பொருளை அறுதியிடும்போது அந்தப் பொருள் இருப்பது அதன் குணங்களில் ஒன்றாகச் சொல்ல முடியாது என்று நிரூபித்திருக்கிறார். ஒரு பொருளைப் பற்றிச் சொல்லும் போது அதன் இயற்கையைப் பட்டிய லிடுகிறோம். உதாரணத்துக்கு யாளி என்று ஒரு மிருகம் இருந்ததாகப் புராணங்கள் கூறுகின்றன. யாளி என்பது என்ன என்று கேட்டால், அது ஒரு மிருகம். அது குதிரையின் உடலையும், சிங்கத்தின் தலையையும் உடையது என்று அதன் பயனிலை களைப் பட்டியலிடுகிறோம். இந்தப் பட்டியலில் அது பறப்பதையும் சேர்க்க முடியாது. ஏனெனில், இருப்பது என்பது குதிரை உடல், சிங்கத் தலை மிருகம் போன்ற அந்த வகை Predicates அல்ல.

கடவுள் இருக்கிறார் என்று சொல்வது, கடவுள் கருணையுள்ளவர், காலமற்றவர் என்று சொல்வ தனின்றும் வேறுபட்ட கூற்று. இரண்டுக்கும்

உண்டான தர்க்க நியதிகளும் வேறு. யாளி மிருகம் என்று சொல்வதுடன் யாளி இருக்கிறது என்ற சொல்லும் கூற்றை இணைக்க முடியாது. இருப்பது என்பது கறுப்பு சிவப்பு மிருகத் தன்மை போல ஒரு குணம் இல்லை. 'இருப்பது' என்பது கருணை யுள்ளம் போல. அவருடைய ஆதர்சத்துக்குத் தேவையான குணம் அன்று. அதனால் அவர் இருக்கிறாரா இல்லையா என்று நிரூபிக்க முடியாது. புரிந்ததா? புரியவில்லையென்றால் விட்டுத் தள்ளுங்கள். கடவுளைப் பற்றி இயுற்பியல் மாமேதை ஐன்ஸ்டீன் என்ன சொல்கிறார் என்று சொல்கிறேன்.

'நம் வாழ்விலேயே மிக மிக அழகான அனுபவம் வியப்புதான். உண்மையான கலையனுபவம், உண்மையான அறிவியல் இரண் டுக்குமேயுள்ள ஆதாரமான உணர்ச்சி இது. இதை அறியாதவர்; வியக்க இயலாதவர்; ஆச்சரியப்பட முடியாதவர்; இறந்தவருக்கு ஈடானவர். கொஞ்சம் பயம் கலந்த சந்தேகமும் வியப்பும்தான் மனித உணர்ச்சிகளுக்குப் பிறப்பிடம்.'

நம்மால் இதுவரை அறியப்படாத, அறிய முடியாத ஏதோ ஒன்று இருக்கிறது. அது நம் மிகத் தீவிரமான தர்க்கங்களுக்கும் மிக நுட்பமான அளவுக்கும் எட்டாத ஒரு ஜொலிக்கும் அழகு. நம்முன் ஆதியாரம்ப குணங்களினால் மட்டுமே அணுகக்கூடிய அந்த அனுபவம்தான் உண்மையான மத உணர்ச்சி என்பேன். நான் மிக ஆழ்ந்த மத உணர்ச்சி உள்ளவன். ஆனால், என்னால் ஒரு தண்டிக்கும் தயை காட்டும் கடவுளை எண்ணிப் பார்க்க இயலவில்லை. அல்லது தன் இறப்பை மீறிய ஒரு மனிதனை என்னால் கடவுளாகக் கொள்ள முடியவில்லை. அந்த மாதிரி சிந்தனைகள் எல்லாம் மன பலவீனமுள்ளவர்களுக்கே தேவைப் படும். பயத்தால் அல்லது தற்பெருமையால்தான் அவ்வகை எண்ணங்களைப் பாதுகாக்க முடியும்.

'எனக்கு இது போதும். வாழ்வின் சாசுவதத்தின் அறிமுகம் போதும். புற உலகின் ஆச்சரியகரமான அமைப்பைப் பற்றி எனக்குக் கிடைத்த சொற்பக் காட்சி கடைக்கண் பார்வை. அது போதும். இயற்கையின் காரணத்தை அறிந்து கொள்ள ஏற்பட்ட விருப்பம் மட்டுமே போதும்' - இது ஐன்ஸ்டைன்.

இந்த அறிந்து கொள்ளும் விருப்பம் தான் தைத்திரேய உபநிஷத் திலிருந்து திருவாசகம் வரை பரவிக் கிடக்கின்றது.

வானாகி மண்ணாகி வளியாகி ஒளியாகி
ஊனாகி உயிராகி உண்மையுமாய் இன்மையுமாய்
கோனாகி யான் எனதென்று அவரவரைக் கூத்தாட்டு
வாளாகி நின்றாயை என்சொல்லி வாழ்த்துவனே!

போன்ற பாடல்களில் கூட இந்தத் தேடல்தான் இருக்கிறது.

புனித தாமஸின் கூற்றின்படி பிரபஞ்சம் என்பது தற்செயலாக நிகழ முடியாது. அதற்குக் காரணம் அல்லது கர்த்தா வேண்டும். பிரபஞ்சத்தில் பார்க்கும் அத்தனை சமாச்சாரங்களையும் விளக்க பௌதிக, இயற்பியல் விதிகள் இருக்கின்றன. ஆனால், இந்த அறிவியல் விதிகள் என்பவை என்ன? நியூட்டனின் விதிகள், க்வாண்டம் இயற்பியல் விதிகள், புவி ஈர்ப்பு விதிகள் இவையெல்லாம் நாம் பார்ப்பதை, உணர்வதை ஒரு பொதுப்படுத்தும் முயற்சிகள்தாம். இப்படித்தான் இருக்க வேண்டும் என்கிற விதிகள் இல்லை. இப்படி இருக்கிறது என்று அவற்றின் இயற்கையை ஒரு விதமான நடத்தைக்குள் ஒரு விதமான பாட்டர்னுக்குள் (Pattern) அடக்கி விடும் முயற்சிகள்தாம் இவை. ஒரு புதிய ஒரு நிலை விளக்கம் தான்.

இப்படிக் கண்டுபிடிக்கப்பட்ட விதிகளை மேலும் மேலும் எளிமைப்படுத்திக் கொண்டிருக்கிறோம். பிரபஞ்சத்தின் ஒட்டுமொத்த குணத்தை ஓரிரு விதிகளில் அடக்கி விடலாமா என்று பார்க்கிறோம். ஆனால், எத்தனைதான் முயன்றாலும் கடைசியில் கிடைப்பது இப்படித்தான் இருக்கின்றன என்கிற வர்ணனைதான். ஒரு நிலை விளக்கம்தான். ஏன் இப்படி இருக்கின்றன என்கிற கேள்விக்கு விடை கொடுத்தால் அந்த விடையில் மற்றோர் 'ஏன்' வந்து விடுகிறது. நமக்குத் தேவையானது 'இப்படித்தான் இருக்கிறது' என்பதில்லை. 'இப்படித்தான் இருக்க வேண்டும்' என்கிற உத்தரவாதம் தரும் விடை. அந்த விடை கிடைக்கக் கடைசி காரணமாக ஒரு சிருஷ்டி கர்த்தாவை ஏற்படுத்தி அவருடைய செயல்களே அவருடைய குணம்; அந்த அவருடைய குணம் அதிலிருந்து வேறுபட முடியாது என்றும் கொள்ளத்தான் வேண்டும்.

கடவுள் இருக்கிறார் என்பது பிரச்னை இல்லை. கடவுள் தேவைப்படுகிறார்.

72515-3

S-37-3